Tamil Vocabulary: A Tamil Language Guide

Talli Thevar

Contents

Tamil alphabets & pronunciations

அ	a
ஆ	ā
இ	i
ஈ	ī
உ	u
ஊ	ū
எ	e
ஏ	ē
ஐ	ai
ஒ	o
ஓ	ō
ஔ	au
ஃ	ḥ / ak

க்	k
க	ka
கா	Kā
கி	ki
கீ	kī
கு	ku
கூ	kū
கெ	ke
கே	kē
கை	kai
கொ	ko
கோ	kō
கௌ	kau

ங்	ṅ
ங	ṅa
ஙா	ṅā
ஙி	ṅi
ஙீ	ṅī
ஙு	ṅu
ஙூ	ṅū
ஙெ	ṅe
ஙே	ṅē
ஙை	ṅai
ஙொ	ṅo
ஙோ	ṅō
ஙௌ	au

ச்	c
ச	ca
சா	cā
சி	ci
சீ	cī
சு	cu
சூ	cū
செ	ce
சே	cē
சை	cai
சொ	co
சோ	cō
சௌ	cau

ஞ்	ñ
ஞ	ña
ஞா	ñā
ஞி	ñi
ஞீ	ñī
ஞு	ñu
ஞூ	ñū
ஞெ	ñe
ஞே	ñē
ஞை	ñai
ஞொ	ño
ஞோ	ñō
ஞௌ	ñau

ட்	ṭ
ட	ṭa
டா	ṭā
டி	ṭi
டீ	ṭī
டு	ṭu
டூ	ṭū
டெ	ṭe
டே	ṭē
டை	ṭai
டொ	ṭo
டோ	ṭō
டௌ	ṭau

ண்	ṇ
ண	ṇa
ணா	ṇā
ணி	ṇi
ணீ	ṇī
ணு	ṇu
ணூ	ṇū
ணெ	ṇe
ணே	ṇē
ணை	ṇai
ணொ	ṇo
ணோ	ṇō
ணௌ	ṇau

த்	t
த	ta
தா	tā
தி	ti
தீ	tī
து	tu
தூ	tū
தெ	te
தே	tē
தை	tai
தொ	to
தோ	tō
தௌ	tau

ந்	n
ந	na
நா	nā
நி	ni
நீ	nī
நு	nu
நூ	nū
நெ	ne
நே	nē
நை	nai
நொ	no
நோ	nō
நௌ	nau

ப்	p
ப	pa
பா	pā
பி	pi
பீ	pī
பு	pu
பூ	pū
பெ	pe
பே	pē
பை	pai
பொ	po
போ	pō
பௌ	pau

ம்	m
ம	ma
மா	mā
மி	mi
மீ	mī
மு	mu
மூ	mū
மெ	me
மே	mē
மை	mai
மொ	mo
மோ	mō
மௌ	mau

ய்	y
ய	ya
யா	yā
யி	yi
யீ	yī
யு	yu
யூ	yū
யெ	ye
யே	yē
யை	yai
யொ	yo
யோ	yō
யௌ	yau

ர்	r
ர	ra
ரா	rā
ரி	ri
ரீ	rī
ரு	ru
ரூ	rū
ரெ	re
ரே	rē
ரை	rai
ரொ	ro
ரோ	rō
ரௌ	rau

ல்	l
ல	la
லா	lā
லி	li
லீ	lī
லு	lu
லூ	lū
லெ	le
லே	lē
லை	lai
லொ	lo
லோ	lō
லௌ	lau

வ்	v
வ	va
வா	vā
வி	vi
வீ	vī
வு	vu
வூ	vū
வெ	ve
வே	vē
வை	vai
வொ	vo
வோ	vō
வௌ	vau

ழ்	ḻ
ழ	ḻa
ழா	ḻā
ழி	ḻi
ழீ	ḻī
ழு	ḻu
ழூ	ḻū
ழெ	ḻe
ழே	ḻē
ழை	ḻai
ழொ	ḻo
ழோ	ḻō
ழௌ	ḻau

ள்	ḷ
ள	ḷa
ளா	ḷā
ளி	ḷi
ளீ	ḷī
ளு	ḷu
ளூ	ḷū
ளெ	ḷe
ளே	ḷē
ளை	ḷai
ளொ	ḷo
ளோ	ḷō
ளௌ	ḷau

ற்	ṟ
ற	ṟa
றா	ṟā
றி	ṟi
றீ	ṟī
று	ṟu
றூ	ṟū
றெ	ṟe
றே	ṟē
றை	ṟai
றொ	ṟo
றோ	ṟō
றௌ	ṟau

ன்	ṉ
ன	ṉa
னா	ṉā
னி	ṉi
னீ	ṉī
னு	ṉu
னூ	ṉū
னெ	ṉe
னே	ṉē
னை	ṉai
னொ	ṉo
னோ	ṉō
னௌ	ṉau

Alphabets from Sanskrit that are used in Tamil & their pronunciation

ஜ்	j
ஜ	ja
ஜா	jā
ஜி	ji
ஜீ	jī
ஜு	ju
ஜூ	jū
ஜெ	je
ஜே	jē
ஜை	jai
ஜொ	jo
ஜோ	jō
ஜௌ	jau

ஷ்	ṣh
ஷ	ṣha
ஷா	ṣhā
ஷி	ṣhi
ஷீ	ṣhī
ஷு	ṣhu
ஷூ	ṣhū
ஷெ	ṣhe
ஷே	ṣhē
ஷை	ṣhai
ஷொ	ṣho
ஷோ	ṣhō
ஷௌ	ṣhau

ஸ்	s
ஸ	sa
ஸா	sā
ஸி	si
ஸீ	sī
ஸு	su
ஸூ	sū
ஸெ	se
ஸே	sē
ஸை	sai
ஸொ	so
ஸோ	sō
ஸௌ	sau

ஹ்	h
ஹ	ha
ஹா	hā
ஹி	hi
ஹீ	hī
ஹு	hu
ஹூ	hū
ஹெ	he
ஹே	hē
ஹை	hai
ஹொ	ho
ஹோ	hō
ஹௌ	hau

க்ஷ்	Kṣ
க்ஷ	Kṣa
க்ஷா	Kṣā
க்ஷி	Kṣi
க்ஷீ	Kṣī
க்ஷு	Kṣu
க்ஷூ	Kṣū
க்ஷெ	Kṣe
க்ஷே	Kṣē
க்ஷை	Kṣai
க்ஷொ	Kṣo
க்ஷோ	Kṣō
க்ஷௌ	Kṣau

ஸ்ரீ	srī

1) Measurements
அளவீடுகள்
Aḷavīṭukaḷ

acre
ஏக்கர்
***Ē**kkar*

---

area
பரப்பு
***Pa**rappu*

---

case
பெட்டி
***Pe**ṭṭi*

---

centimeter
சென்டிமீட்டர்
***Ce**ṉṭi**mī**ṭṭar*

---

cup
கோப்பை
***Kō**ppai*

---

dash
கோடு
***Kō**ṭu*

---

degree
அளவு
***A**ḷavu*

---

depth
ஆழம்
***Ā**ḻam*

---

digit
ஒரு விரல் அகலம்
***O**ru v**i**ral **a**kalam*

---

dozen
டஜன்
***Ṭa**jaṉ*

---

foot
அடி
***A**ṭi*

---

gallon
கேலன்
***Kē**laṉ*

---

gram
கிராம்
***Ki**rām*

---

height
உயரம்
***U**yaram*

---

huge
பெரிய
Periya

---

inch
அங்குலம்
Angulam

---

kilometer
கிலோமீட்டர்
Kilōmīṭṭar

---

length
நீளம்
nīḷam

---

liter
லிட்டர்
liṭṭar

---

little
சிறிய
Ciṟiya

---

measure
அளவு
Aḷavu

---

meter
மீட்டர்
mīṭṭar

---

mile

மைல்

Ma_il_

---

minute

நிமிடம்

Ni_miṭam_

---

miniature

மிகச் சிறிய

Mi_kac_ ***ci***_ṟiya_

---

ounce

அவுன்ஸ்

a_vuṉs_

---

perimeter

சுற்றளவு

sut_traḷavu_

---

pint

பைண்ட்

pai_ṇṭ_

---

pound

பவுண்டு

pa_vuṇ_***ṭu***

---

quart

இரண்டு பைண்ட் அளவு

I_raṇṭu_ ***pai***_ṇṭ_ ***a***_ḷavu_

---

ruler

அடிமட்டம்

Aṭimaṭṭam

---

scale

அளவு

Aḷavu

---

small

சிறிய

Ciṟiya

---

tablespoon

மேசைக்கரண்டி

Mēcaikkaraṇṭi

---

teaspoon

தேக்கரண்டி

Tēkkaraṇṭi

---

ton

பெருமளவு

Perumaḷavu

---

unit

அலகு

Alaku

---

volume

கன பரிமாணம்

Kaṉa parimāṇam

---

weigh
நிறு
Niṟu

---

weight
எடை
Eṭai

---

width
அகலம்
Akalam

---

yard
நீட்டளவு
Nīṭṭaḷavu

Time
நேரம்
Nēram

What time is it?
என்ன நேரம் ஆகிறது
*Eṉṉa **nē**ram **ā**kiṟatu*

It's 1:00 AM / PM
அதன் நேரம் 1:00 மணி
*Athan **ne**ram 1:00 **ma**ni*

It's 2:00 AM / PM
அதன் நேரம் 2:00 மணி
*Athan **ne**ram 2:00 **ma**ni*

It's 3:00 AM / PM
அதன் நேரம் 3:00 மணி
*Athan **neram** 3:00 **mani***

It's 4:00 AM / PM
அதன் நேரம் 4:00 மணி
*Athan **neram** 4:00 **mani***

It's 5:00 AM / PM
அதன் நேரம் 5:00 மணி
*Athan **neram** 5:00 **mani***

It's 6:00 AM / PM
அதன் நேரம் 6:00 மணி
*Athan **neram** 6:00 **mani***

It's 7:00 AM / PM
அதன் நேரம் 7:00 மணி
*Athan **neram** 7:00 **mani***

It's 8:00 AM / PM
அதன் நேரம் 8:00 மணி
*Athan **neram** 8:00 **mani***

It's 9:00 AM / PM
அதன் நேரம் 9:00 மணி
*Athan **neram** 9:00 **mani***

It's 10:00 AM / PM
அதன் நேரம் 10:00 மணி
*Athan **neram** 10:00 **mani***

It's 11:00 AM / PM
அதன் நேரம் 11:00 மணி
Athan neram 11:00 mani

It's 12:00 AM / PM
அதன் நேரம் 12:00 மணி
Athan neram 12:00 mani

---

in the morning
காலையில்
Kālaiyil

---

in the afternoon
பிற்பகலில்
pir̲pakalil

---

in the evening
மாலையில்
mālaiyil

---

at night
இரவில்
iravil

---

afternoon
பிற்பகல்
Pir̲pakal

---

annual
வருடாந்திர
Varuṭāntira

---

calendar
நாட்காட்டி
***Nāṭkā**ṭṭi*

---

daytime
பகல் நேரம்
***P**akal **nē**ram*

---

decade
தசாப்தம்
*ta**cā**ptam*

---

evening
மாலை
***mā**lai*

---

hour
மணி நேரம்
***ma**ṇi **nē**ram*

---

midnight
நள்ளிரவு
***na**ḷḷiravu*

---

minute
நிமிடம்
***ni**miṭam*

---

morning
காலை
***kā**lai*

---

month
மாதம்
mātam

---

night
இரவு
iravu

---

nighttime
இரவு நேரம்
iravu nēram

---

noon
நண்பகல்
naṇpakal

---

now
இப்போது
ippōtu

---

o'clock
மணிக்கு
maṇikku

---

past
கடந்த காலம்
Kaṭanta kālam

---

present
நிகழ் காலம்
nikaḻ kālam

---

second
நொடி
***No**ṭi*

---

sunrise
சூரிய உதயம்
***Cū**riya **u**tayam*

---

sunset
சூரிய அஸ்தமனம்
*c**ū**riya a**s**tamaṉam*

---

today
இன்று
***i**ṉṟu*

---

tonight
இன்றிரவு
***i**ṉ**ṟi**ravu*

---

tomorrow
நாளை
***nā**ḷai*

---

watch
கைக்கடிகாரம்
***Kaikka**ṭikāram*

---

week
வாரம்
***Vā**ram*

---

year
ஆண்டு
āṇṭu

---

yesterday
நேற்று
nēṟṟu

Months of the Year
ஆண்டு மாதங்கள்
Āṇṭu mātaṅkaḷ

January
ஜனவரி
Jaṉavari

February
பிப்ரவரி
pipravari

March
மார்ச்
mārc

April
ஏப்ரல்
ēpral

May
மே
mē

June

ஜூன்

jūṉ

July

ஜூலை

jūlai

August

ஆகஸ்ட்

ākasṭ

September

செப்டம்பர்

ceptampar

October

அக்டோபர்

akṭōpar

November

நவம்பர்

navampar

December

டிசம்பர்

ticampar

Days of the Week
வாரத்தின் நாட்கள்
*Vā**rattiṉ** nā**ṭkaḷ***

Monday

திங்கள் / திங்கட்கிழமை

***ti**ṅka**l** / **ti**ṅkaṭkiḻamai*

Tuesday

செவ்வாய் / செவ்வாய்க்கிழமை

***cev**vāy / **cev**vāy**k**kiḻamai*

Wednesday

புதன் / புதன்கிழமை

*puta**ṉ** / putaṉ**ki**ḻamai*

Thursday

வியாழன் / வியாழக்கிழமை

*viyā**ḻa**n / viyāḻa**k**kiḻamai*

Friday

வெள்ளி / வெள்ளிக்கிழமை

***ve**ḷḷi / **ve**ḷḷi**k**kiḻamai*

Saturday

சனி / சனிக்கிழமை

***sa**ṉi / **sa**ṉi**k**kiḻamai*

Sunday

ஞாயிறு / ஞாயிற்றுக்கிழமை

ñā*yiṟṟu /* ***ñā****yiṟṟu***kk****iḻamai*

Seasons

பருவங்கள்

*P****aruvaṅkaḷ***

winter

குளிர்க்காலம்

Ku*ḷ****ir****k****kā****lam*

---

spring

வசந்தகாலம்

Va*canta* ***kā****lam*

---

summer

கோடைக்காலம்

Kō*ṭaik****kā****lam*

---

fall / autumn

இலையுதிர்காலம்

Il*aiyatir****kā****lam*

Numbers

எண்கள்

*Eṇ****kaḷ***

One (1)

ஒன்று (1)

O*ṉṟu (1)*

Two (2)
இரண்டு (2)
iraṇṭu (2)

Three (3)
மூன்று (3)
mūṉṟu (3)

Four (4)
நான்கு (4)
nāṉku (4)

Five (5)
ஐந்து (5)
aintu (5)

Six (6)
ஆறு (6)
āṟu (6)

Seven (7)
ஏழு (7)
ēḻu (7)

Eight (8)
எட்டு (8)
eṭṭu (8)

Nine (9)
ஒன்பது (9)
oṉpatu (9)

Ten (10)
பத்து (10)
***pa**ttu (10)*

Eleven (11)
பதினொன்று (11)
***Patiṉo**ṉṟu (11)*

Twelve (12)
பன்னிரண்டு (12)
***Pa**ṉṉi**ra**ṇṭu (12)*

Twenty (20)
இருபது (20)
***i**rupatu (20)*

Fifty (50)
ஐம்பது (50)
***ai**mpatu (50)*

Hundred (100)
நூறு (100)
***Nū**ṟu (100)*

Thousand (1000)
ஆயிரம் (1000)
***ā**yiram (1000)*

Ten Thousand (10,000)
பத்தாயிரம் (10,000)
***pa**ttāyiram (10,000)*

One Hundred Thousand (100,000)
ஒரு லட்சம் / நூறாயிரம் (100,000)
***o**ru **la**ṭcam / **Nū**ṟāyiram (100,000)*

Million (1,000,000)
மில்லியன் (1,000,000)
***mi**lliyaṉ (1,000,000)*

Billion (1,000,000,000)
பில்லியன் (1,000,000.000)
***pi**lliyaṉ (1,000,000,000)*

Ordinal Numbers
வரிசைக்குரிய எண்கள்
Varicaikkuriya eṇkaḷ

first
முதலாவது / முதல்
***Mu**ta**lā**vatu / Mutal*

---

second
இரண்டாவது
*iraṇ**ṭā**vatu*

---

third
மூன்றாவது
***mū**ṉ**ṟā**vatu*

---

fourth
நான்காவது
***nā**ṉ**kā**vatu*

---

fifth

ஐந்தாவது

aintāvatu

---

sixth

ஆறாவது

ār̲āvatu

---

seventh

ஏழாவது

ēḻāvatu

---

eighth

எட்டாவது

eṭṭāvatu

---

ninth

ஒன்பதாவது

on̲patāvatu

---

tenth

பத்தாவது

pattāvatu

---

eleventh

பதினோராவது

patin̲ōrāvatu

---

twelfth

பன்னிரெண்டாவது

pan̲n̲ireṇṭāvatu

---

thirteenth

பதின்மூன்றாவது

pa_tin̲_***mū***_n̲r̲āvatu_

---

twentieth

இருபதாவது

i_rupa_***tā***_vatu_

---

twenty-first

இருபத்தோராவது

i_rupat_***tō***_rāvatu_

---

hundredth

நூறாவது

nū_r̲āvatu_

---

thousandth

ஆயிரமாவது

āyira***mā***_vatu_

---

millionth

மில்லியனாவது

mi_lliya_***n̲ā***_vatu_

---

billionth

பில்லியனாவது

pi_lliya_***n̲ā***_vatu_

Geometric Shapes
வடிவியல்
Vaṭiviyal

angle
கோணம்
***kō**ṇam*

---

circle
வட்டம்
***va**ṭṭam*

---

cone
கூம்பு
***kū**mpu*

---

cube
கன சதுரம்
***ka**ṉa **ca**turam*

---

cylinder
உருளை
***u**ruḷai*

---

heart
இதய
***i**taya*

---

heptagon
எழுகோணம்
***E**ḻu**kō**ṇam*

---

hexagon

அறுகோணம்

aṟukōṇam

---

line

கோடு

kōṭu

---

octagon

எண்கோணம்

eṇkōṇam

---

oval

நீள்வட்டம்

nīḷvaṭṭam

---

parallel lines

இணை கோடுகள்

iṇai kōṭukaḷ

---

pentagon

ஐங்கோணம்

Aiṅkōṇam

---

perpendicular lines

செங்குத்து கோடுகள்

Ceṅkuttu kōṭukaḷ

---

polygon

பலகோணம்

palakōṇam

---

pyramid
பிரமிடு
***pi**ramiṭu*

---

rectangle
செவ்வகம்
***ce**vvakam*

---

rhombus
நாற்கரம்
***nā**ṟkaram*

---

square
சதுரம்
***ca**turam*

---

star
நட்சத்திர
***na**ṭca**t**tira*

---

trapezoid
சரிவகம்
***Ca**rivakam*

---

triangle
முக்கோணம்
***mukkō**ṇam*

---

vortex
சுழல்
***cu**ḻal*

Colors
நிறங்கள்
niṟaṅkal

beige
பழுப்பு மஞ்சள்
***pa**ḻuppu **Ma**ñcaḷ*

---

black
கருப்பு
***ka**ruppu*

---

blue
நீலம்
***nī**lam*

---

brown
பழுப்பு
***pa**ḻuppu*

---

fuchsia
ஊதா சிவப்பு
***ū**tā **ci**vappu*

---

gray
சாம்பல்
***Cā**mpal*

---

green
பச்சை
***pa**ccai*

---

indigo
இண்டிகோ
i**ṇṭi**kō

---

maroon
அரக்கு
***a**rakku*

---

navy blue
கடற்படை நீலம்
***Ka**ṭaṟpaṭai **nī**lam*

---

orange
ஆரஞ்சு
***Ā**rañcu*

---

pink
இளஞ்சிவப்பு
***i**ḷa**ñ**civappu*

---

purple
ஊதா
***ū**tā*

---

red
சிவப்பு
***ci**vappu*

---

silver
வெள்ளி
***ve**ḷḷi*

---

tan
மஞ்சள் கலந்த பழுப்பு நிறம்
***Ma**ñcaḷ **ka**la**n**ta **pa**ḻuppu **ni**ṟam*

---

teal
டீல்
***Ṭī**l*

---

turquoise
நீல பச்சை
***Nī**la **pa**ccai*

---

violet
ஊதா
***Ū**tā*

---

white
வெள்ளை
***ve**ḷḷai*

---

yellow
மஞ்சள்
***ma**ñcaḷ*

Related Verbs
தொடர்புடைய சொற்கள்
*To**ṭar**pu**ṭaiya** co**ṟkaḷ***

to add
சேர்க்க
***Cē**rkka*

---

to change

மாற்ற

***Mā**ṟṟa*

---

to check

சரிபார்க்க

***ca**ri**pā**rkka*

---

to color

வண்ணம் தீட்ட

***va**ṇṇam **tī**ṭṭa*

---

to count

எண்ண

***E**ṇṇa*

---

to divide

பிரிக்க

***Pi**rikka*

---

to figure

கண்டுபிடிக்க

***Ka**ṇṭupi**ṭ**ikka*

---

to fill

நிரப்ப

***ni**rappa*

---

to guess

யூகிக்க

***yū**ki**k**ka*

---

to measure

அளவிட

aḷaviṭa

---

to multiply

பெருக்க

perukka

---

to subtract

கழிக்க

Kaḻikka

---

to take

எடுக்க

Eṭukka

---

to tell time

நேரம் சொல்ல

nēram colla

---

to verify

சரிபார்க்க

caripārkka

---

to watch

பார்க்க

pārkka

---

2) Weather
வானிலை
Vāṉilai

air
காற்று
Kāṟṟu

---

air pollution
காற்று மாசுபாடு
Kāṟṟu mācupāṭu

---

atmosphere
காற்று மண்டலம்
Kāṟṟu maṇṭalam

---

avalanche
பனிச்சரிவு
Paṉiccarivu

---

barometer
காற்றழுத்தமானி
Kāṟṟaḻuttamāṉi

---

barometric pressure
பாரமானி அழுத்தம்
Pāramāṉi aḻuttam

---

blizzard

பனிப்புயல்

Paṉippuyal

---

breeze

தென்றல்

Teṉṟal

---

climate

தட்ப வெப்பம்

Taṭpa veppam

---

cloud

மேகம்

Mēkam

---

cold

குளிர்

Kuḷir

---

cold front

குளிர் முகம்

Kuḷir mukam

---

condensation

உறைவு

Uṟaivu

---

cool

குளிர்ச்சி

Kuḷircci

---

cyclone

புயல்

***Pu**yal*

---

degree

பாகை

***Pā**kai*

---

depression

அழுத்தக்குறைவு

***a**ḻuttak**ku**ṟaivu*

---

dew

பனித்துளிகள்

***Pa**ṉittuḷikaḷ*

---

dew point

பனிபடுநிலை

***Pa**ṉi**pa**ṭunilai*

---

downpour

பெரு மழை

***Pe**ru **ma**ḻai*

---

drift

நகர்வு

*Nakar**vu***

---

drizzle

தூரல்

***Tū**ral*

---

drought
வறட்சி
***Va**ṟaṭci*

---

dry
வறண்ட
***Va**ṟaṇṭa*

---

dust devil
தூசி புயல்
***Tū**ci **pu**yal*

---

duststorm
புழுதிப் புயல்
***Pu**ḻutip **pu**yal*

---

easterly wind
கிழக்கு காற்று
***Ki**ḻakku **kā**ṟṟu*

---

evaporation
நீராவியாகுதல்
***Nī**rāvi**yā**kutal*

---

eye of the storm
புயலின் மையக் கண்
***pu**yaliṉ **mai**yak **ka**ṇ*

---

fair
மிதமான சீரான
***Mi**ta**mā**ṉa **cī**rāṉa*

---

fall

வீழ்ச்சி

Vīḻcci

---

flash flood

திடீர் வெள்ளப்பெருக்கு

Tiṭīr veḷḷapperukku

---

flood

வெள்ளம்

veḷḷam

---

flood stage

வெள்ள நிலை

Veḷḷa nilai

---

flurries (snow)

பனிப்பொழிவு

Paṉipoḻivu

---

fog

மூடுபனி

Mūṭupaṉi

---

forecast

முன்னறிவிப்பு

Muṉṉaṟivippu

---

freeze

உறை

Uṟai

---

freezing rain

உறைபனி மழை

***u**ṟaipaṉi **ma**ḻai*

---

front (cold / hot)

குளிர் முகம் / வெப்ப முகம்

***Ku**ḷir **mu**kam / **Ve**ppa **mu**kam*

---

frost

உறைபனி

***u**ṟaipaṉi*

---

funnel cloud

புனல் மேகம்

***Pu**ṉal **mē**kam*

---

global warming

உலக வெப்பமயமாதல்

***u**laka **ve**ppa**ma**yamātal*

---

gust of wind

காற்று புயல்

***Kā**ṟṟu **pu**yal*

---

hail

ஆழங்கட்டி மழை

***Āl**aṅ**ka**ṭṭi **ma**ḻai*

---

haze

மூட்டம்

***mū**ṭṭam*

---

heat
வெப்பம்
***ve**ppam*

---

heat index
வெப்ப குறியீட்டு
*veppa **ku**ṟiyīṭṭu*

---

heat wave
வெப்ப அலை
***ve**ppa **a**lai*

---

high
உயர்ந்த
***u**yarnta*

---

humid
ஈரமான
***Ī**ramāṉa*

---

humidity
ஈரப்பதம்
***Ī**ra**p**patam*

---

hurricane
சூறாவளி
***Cū**ṟāvaḷi*

---

ice
பனிக்கட்டி
***pa**ṉi**k**kaṭṭi*

---

ice crystals
பனிக்கட்டி படிகங்கள்
***pa**ṉi**k**kaṭṭi **pa**ṭikaṅkaḷ*

---

ice storm
பனிப்புயல்
***Pa**ṉi**p**puyal*

---

icicle
கூர்மையான பனிக்கட்டி
***kū**rmaiyāṉa **pa**ṉi**k**kaṭṭi*

---

jet stream
அதிவேகக் காற்றோட்டம்
***A**tivēkak **kā**ṟṟōṭṭam*

---

landfall
நிலச்சரிவு
***Ni**la**c**carivu*

---

lightning
மின்னல்
***Mi**ṉṉal*

---

low
தாழ்வு / தாழ்வான
***Tā**ḻvu / **Tāḻ**vāṉa*

---

low pressure system
குறைந்த அழுத்த அமைப்பு
***Ku**ṟainta **a**ḻu**t**ta **a**maippu*

---

meteorologist

வானிலை ஆய்வாளர்

vāṉilai āyvāḷar

---

meteorology

வானிலை ஆய்வியல்

vāṉilai āyviyal

---

microburst

நுண்ணளவு திடீர் அதிவேகக் கீழ்நோக்கிய காற்று

Nuṇṇaḷavu tiṭīr ativēkak kīḻnōkkiya kāṟṟu

---

mist

மூடுபனி

Mūṭupaṉi

---

moisture

ஈரப்பதம்

īrappatam

---

monsoon

பருவமழை

paruvamaḻai

---

muggy

புழுக்கம்

puḻukkam

---

nor'easter

வடகிழக்கிலிருந்து

Vaṭakiḻakkiliruntu

---

normal
இயல்புநிலை
Iyalpunilai

---

outlook
முன்னோக்கு / எதிர்நோக்கு
Muṉṉōkku / etirnōkku

---

overcast
மேகமூட்டம் நிறைந்த
Mēkamūṭṭam niṟainta

---

ozone
ஓஸோான்
Ōcōṉ

---

partly cloudy
ஓரளவு மேகமூட்டமான
Ōraḷavu mēkamūṭṭamāṉa

---

polar
துருவம்
Turuvam

---

pollutant
மாசுபடுத்தி
Mācupaṭutti

---

precipitation
வீழல்
Vīḻal

---

pressure
அழுத்தம்
A̲luttam

---

radar
ரேடார்
Rēṭār

---

radiation
கதிர்வீச்சு
Katirvīccu

---

rain
மழை
Ma̲lai

---

rainbow
வானவில்
Vān̲avil

---

rain gauge
மழை மானி
Ma̲lai mān̲i

---

relative humidity
ஒப்பு ஈரப்பதம்
Oppu īrappatam

---

sandstorm
மண்மாரி
Maṇmāri

---

season

பருவம்

Paruvam

---

shower

சர மழை

Cara maḻai

---

sky

வானம்

Vāṉam

---

sleet

பனி கலந்த மழை

Paṉi kalanta maḻai

---

slush

பனிச்சேறு

Paṉiccēṟu

---

smog

பனிப்புகை

Paṉippukai

---

smoke

புகை

Pukai

---

snow

பனி

Paṉi

---

snowfall

பனிப்பொழிவு

__Pa__ṉip__po__ḻivu

---

snowflake

பனித்துகள்கள்

__Pa__ṉit__tu__kaḷkaḷ

---

snow flurry

லேசான பனிப்பொழிவு

__lē__cāṉa __pa__ṉ__ipp__oḻivu

---

snow shower

சரப் பனி

__Ca__rap __pa__ṉi

---

snowstorm

பனிப்புயல்

__Pa__ṉ__ipp__uyal

---

spring

வசந்தகாலம்

__Va__canta __kā__lam

---

storm

புயல்

__Pu__yal

---

storm surge

புயல் எழுச்சி

__Pu__yal __e__ḻucci

---

stratosphere

காற்று மண்டலத்தின் நடு அடுக்கு

***Kā**ṟṟu **ma**ṇṭalattiṉ **na**ṭu **a**ṭukku*

---

summer

கோடைக்காலம்

***Kō**ṭaik**kā**lam*

---

sunrise

சூரிய உதயம்

***Cū**riya **u**tayam*

---

sunset

சூரிய அஸ்தமனம்

***cū**riya **a**sta**ma**ṉam*

---

supercell

இடியுடன் கூடிய சூழலும்

*Iṭiyuṭaṉ **kū**ṭiya **cu**ḻalum*

---

surge

அலை எழுச்சி

*Alai **e**ḻucci*

---

swell

வடிகிறது / தொலை தூர சலனங்களால் ஏற்படும் கடல் அலைகள்

***va**ṭikiṟatu / **To**lai **tū**ra **ca**laṉaṅka**ḷā**l **ē**ṟpaṭum **ka**ṭal **al**aikaḷ*

---

temperature

வெப்ப நிலை

***ve**ppa **ni**lai*

---

thaw

இறுக்கம் தளர்வு

*Iṟukkam **ta**ḷarvu*

---

thermal

வெப்ப

***ve**ppa*

---

thermometer

வெப்பநிலை மானி

***ve**ppanilai**mā**ṉi*

---

thunder

இடி

***i**ṭi*

---

thunderstorm

இடி கூடிய மழை

*Iṭiyuṭaṉ **kū**ṭiya **ma**ḻai*

---

tornado

சூறாவளி

***cūṟā**vaḷi*

---

trace

சுவடு

***cu**vaṭu*

---

tropical
வெப்பமண்டலம் சார்ந்த
***Ve**ppa**ma**ṇṭalam **cā**rnta*

---

tropical depression
வெப்பமண்டல அழுத்தக்குறைவு
***Ve**ppa**ma**ṇṭala **a**ḻuttak**ku**ṟaivu*

---

tropical storm
வெப்பமண்டல புயல்
***ve**ppa**ma**ṇṭala **pu**yal*

---

turbulence
கொந்தளிப்பு
***ko**ntaḷippu*

---

twister
டிவிஸ்டர்
***Ṭi**visṭar*

---

typhoon
கடும்புயல்
***Ka**ṭum**pu**yal*

---

unstable
நிலையற்ற
***Ni**laiyaṟṟa*

---

visibility
பார்வைத்தூரம்
***Pā**rvait**tū**ram*

---

vortex

சுழல்

***Cu**ḻal*

---

warm

வெதுவெதுப்பான

***Ve**tuvetu**pp**āṉa*

---

warning

எச்சரிக்கை

***ec**cari**k**kai*

---

watch

பார்

***p**ār*

---

weather

வானிலை

***vā**ṉilai*

---

weather pattern

வானிலை அமைப்பு

***vā**ṉilai **a**mai**pp**u*

---

weather report

வானிலை அறிக்கை

***vā**ṉilai **a**ṟikkai*

---

weather satellite

வானிலை செயற்கைக்கோள்

***Vā**ṉilai **ce**yaṟkaik**kō**ḷ*

---

westerly wind
மேற்கு காற்று
Mē*r̲*ku kā*r̲r̲*u

---

whirlwind
சுழற் காற்று
***Cu**l̲al**kā**r̲r̲u*

---

wind
காற்று
***kā**r̲r̲u*

---

wind chill
குளிர் காற்று
***ku**ḷir **kā**r̲r̲u*

---

winter
குளிர்காலம்
***ku**ḷir**kā**lam*

Related Verbs
தொடர்புடைய சொற்கள்
*To**ṭarpu**ṭaiya co**r̲kaḷ***

to blow
ஊத
***Ū**ta*

---

to clear up
தெளிவாக்க
***Te**ḷi**vā**kka*

---

to cool down
சாந்தமாக்க
Cāntamākka

---

to drizzle
தூற
Tūṟa

---

to feel
உணர
uṇara

---

to forecast
கணிக்க
Kaṇikka

---

to hail
ஆலங்கட்டி மழை பொழிய
Ālaṅkaṭṭi malai poḻiya

---

to rain
மழை பொழிய
maḻai poḻiya

---

to report
தெரிவிக்க
terivikka

---

to shine
பிரகாசிக்க
pirakācikka

---

to snow

பனி பெய்ய

***pa**ṉi **pe**yya*

---

to storm

புயலடிக்க

***P**uyala**ṭi**kka*

---

to warm up

உஷ்ணமாக்க

Ushnamaka

---

to watch

பார்க்க

***Pā**rkka*

---

3) People
மக்கள்
Makkaḷ

athlete

தடகள வீரர்

Taṭakaḷa vīrar

---

baby

குழந்தை

Kuḻantai

---

boy

சிறுவன்

ciṟuvaṉ

---

boyfriend

காதலன்

kātalaṉ

---

brother

அண்ணன்

Aṇṇaṉ

---

brother-in-law

மைத்துனன்

maithunan

---

businessman

தொழிலதிபர்

***to**ḻilatipar*

---

candidate

வேட்பாளர்

***vē**ṭpāḷar*

---

child / children

குழந்தை / குழந்தைகள்

***ku**ḻa**n**tai* / ***ku**ḻa**n**taikaḷ*

---

coach

பயிற்சியாளர்

***pa**yiṟci**yā**ḷar*

---

cousin

உறவினரின் பிள்ளை

***U**ṟavi**ṉa**riṉ **pi**ḷḷai*

---

customer

வாடிக்கையாளர்

***Vā**ṭikkai**yāḷ**ar*

---

daughter

மகள்

***ma**kaḷ*

---

daughter-in-law

மருமகள்

***Ma**rumakaḷ*

---

driver
ஓட்டுனர்
Otunar

---

family
குடும்பம்
kuṭumpam

---

farmer
விவசாயி
vivacāyi

---

father / dad
தந்தை / அப்பா
tantai / appā

---

father-in-law
மாமனார்
Māmaṉār

---

female
பெண்
peṇ

---

friend
நண்பர்
naṇpar

---

girl
சிறுமி
Ciṟumi

---

girlfriend
காதலி
kātali

---

godparents
ஞானஸ்தானப் பெற்றோர்
ñāṉastāṉap peṟṟōr

---

grandchildren
பேரப்பிள்ளைகள்
Pērappiḷḷaikaḷ

---

granddaughter
பேத்தி
pētti

---

grandfather
தாத்தா
tāttā

---

grandmother
பாட்டி
pāṭṭi

---

grandparents
பெற்றோரின் பெற்றோர்
Peṟṟōriṉ peṟṟōr

---

grandson
பேரன்
pēraṉ

---

husband

கணவன்

kaṇavaṉ

---

instructor

பயிற்றுவிப்பாளர்

Payiṟṟuvippāḷar

---

kid

குழந்தை

kuḻantai

---

king

ராஜா / அரசன்

Rājā / Arasan

---

male

ஆண்

āṇ

---

man

மனிதன்

maṉitaṉ

---

mother / mom

தாய் / அம்மா

tāy / am'mā

---

mother-in-law

மாமியார்

māmiyār

---

nephew

உடன்பிறந்தவரின மகன்

uṭaṉpiṟantavariṉ makaṉ

---

niece

உடன்பிறந்தவரின் மகள்

uṭaṉpiṟantavariṉ makaḷ

---

parent

பெற்றோர்

peṟṟōr

---

people

மக்கள்

makkaḷ

---

princess

இளவரசி

iḷavaraci

---

queen

ராணி / அரசி

rāṇi / arasi

---

rock star

ராக் ஸ்டார்

Rāk sṭār

---

sister

சகோதரி

cakōtari

---

sister-in-law

மைத்துனி

***mai**ttuṉi*

---

son

மகன்

***ma**kaṉ*

---

son-in-law

மருமகன்

***ma**rumakaṉ*

---

student

மாணவன்

***mā**ṇavaṉ*

---

teenager

பதின்வயதினர்

***Pati**ṉvayatiṉar*

---

tourist

சுற்றுலாப் பயணி

***Cu**ṟṟu**lāp pa**yaṇi*

---

wife

மனைவி

***ma**ṉaivi*

---

woman

பெண்மணி

***pe**ṇ**ma**ṇi*

---

youth
இளைஞர்கள்
***i**ḷaiñar**ka**ḷ*

Characteristics
பண்புகள்
*Pa**ṇpuka**ḷ*

attractive
கவர்ச்சிகரமான
***ka**varcci**ka**ramāṉa*

---

bald
வழுக்கை
***va**ḻu**k**kai*

---

beard
தாடி
***tā**ṭi*

---

beautiful
அழகான
***a**ḻakāṉa*

---

black hair
கருப்பு கூந்தல்
***ka**ru**pp**u **kū**ntal*

---

blind
குருடர்
***ku**ruṭar*

---

blond
இளம் பொன் நிறமான
__i__ḷam __poṉ__ __ni__ṟamāṉa

---

blue eyes
நீல கண்கள்
__nī__la __ka__ṇkaḷ

---

brown eyes
பழுப்பு கண்கள்
__pa__ḻuppu __ka__ṇkaḷ

---

brown hair
பழுப்பு முடி
__pa__ḻuppu __mu__ṭi

---

brunette
கரிய மேனியும் முடியுமுள்ள
Kariya __mē__ṉiyum __mu__ṭiyu__mu__ḷḷa

---

curly hair
சுருள் முடி
__cu__ruḷ __mu__ṭi

---

dark
கரும்
__ka__rum

---

deaf
செவிடர்
__ce__viṭar

---

divorced
விவாகரத்தான்
***vi**vākarat**tā**ṉa*

---

elderly
முதியோர் / மூத்தவர் / வயதானவர்
***mu**tiyōr / **mū**ttavar / **va**ya**tā**ṉavar*

---

fair (skin)
வெள்ளைத்தோல்
***Veḷ**ḷait**tō**l*

---

fat
குண்டான
***Kuṇṭā**ṉa*

---

gray hair
நரை முடி
***na**rai **mu**ṭi*

---

green eyes
பச்சைக் கண்கள்
***Pa**ccai**k ka**ṇ**ka**ḷ*

---

handsome
மிடுக்கான
***mi**ṭuk**kā**ṉa*

---

hazel eyes
பழுப்புநிற கண்கள்
***Pa**ḻuppu**ni**ṟa **ka**ṇkaḷ*

---

heavyset
கட்டுக்கோப்பான
kaṭṭukkōppāṉa

---

light brown
ஒளி பழுப்பு
Oḷi paḻuppu

---

long hair
நீண்ட முடி
nīṇṭa muṭi

---

married
திருமணமான
Tirumaṇamāṉa

---

mustache
மீசை
Mīcai

---

old
வயதான
Vayatāṉa

---

olive
இடலைப் பச்சை
Iṭalaip paccai

---

overweight
அதிக எடை , எடைமிக்க
Atika eṭai , Eṭaimikka

---

pale
வெளிர்
***Ve**ḷir*

---

petite
சிறிய
***ci**ṟiya*

---

plump
குண்டாக
***ku**ṇṭāka*

---

pregnant
கர்ப்பிணி
***ka**rp**pi**ṇi*

---

red head
சிவப்புத்தலை
***Ci**vapput talai*

---

short
நீளம் குறைவான
***Nī**ḷam **ku**ṟai**vā**ṉa*

---

short hair
நீளம் குறைவான முடி
***Nī**ḷam **ku**ṟai**vā**ṉa **mu**ṭi*

---

skinny
மெலிந்த
***me**linta*

---

slim

மெலிதான

***melitā**ṉa*

---

stocky

கட்டுக்கோப்பான

***ka**ṭṭuk**kō**ppāṉa*

---

straight hair

நேரான முடி

***Nē**rāṉa **mu**ṭi*

---

tall

உயரமான

*Uyara**mā**ṉa*

---

tanned

தோல் பதனிடுதல்

***Tō**l **pa**taṉiṭutal*

---

thin

மெல்லிய

***mel**liya*

---

wavy hair

நெளிமுடி

Ne**ḷimu**ṭi

---

well built

நன்கு கட்டப்பட்ட

***Na**ṉku **ka**ṭṭa**pp**aṭṭa*

---

white
வெள்ளை
***Ve**ḷḷai*

---

young
இளம்
***i**ḷam*

Stages of Life
வாழ்க்கை நிலைகள்
*Vā**ḻkkai** ni**laikaḷ***

adolescence
வளர் இளம் பருவம்
***Va**ḷar **i**ḷam **pa**ruvam*

---

adult
வயது வந்தோர்
***Va**yatu **vantō**r*

---

anniversary
ஆண்டு நிறைவு
***ā**ṇṭu **ni**ṟaivu*

---

birth
பிறப்பு
***pi**ṟappu*

---

death
மரணம்
***ma**raṇam*

---

divorce
விவாகரத்து
vi*vākara****tt****u*

---

elderly
முதியவர்கள் , வயதானவர்
mu*tiya****va****rkaḷ ,* ***va****ya****tā****ṉavar*

---

graduation
பட்டமளிப்பு
pa*ṭṭa****ma****ḷippu*

---

infant
கைக்குழந்தை
kai*kkuḻa****n****tai*

---

marriage
திருமணம்
ti*rumaṇam*

---

middle aged
நடுத்தர வயதுடைய
na*ṭu****tt****ara* ***va****yatuṭaiya*

---

newborn
புதிதாகப் பிறந்த
Pu*ti****tā****kap* ***pi****ṟa****n****ta*

---

preschooler
பாலர் வகுப்பினர்
Pā*lar* ***va****kup****pi****ṉar*

---

preteen
9 முதல் 12 வயதுக்குட்பட்ட குழந்தைகள்
*9 **Mu**tal 12 **va**yatu**k**kuṭpaṭṭa **ku**ḻan**tai**kaḷ*

---

senior citizen
மூத்த குடிமக்கள்
***mū**tta **ku**ṭima**k**kaḷ*

---

teenager
பதின்வயதினர்
***Pa**tiṉ**va**yatiṉar*

---

toddler
குறுநடை போடும் குழந்தை
***ku**ṟunaṭai **pō**ṭum **ku**ḻantai*

---

tween
இரண்டின் நடுவிலே
***I**raṇṭiṉ **na**ṭuvilē*

---

young adult
இளம் வயது வந்தோர்
*i**ḷ**am **va**yatu **van**t**ō**r*

---

youth
இளைஞர்கள்
*i**ḷ**aiña**r**kaḷ*

Religion
மதம்
Matam

Atheist
நாத்திகர்
Nāttikar

Agnostic
யதார்த்தவாதி
Yatārttavāti

Baha'i
பஹாய்
Pahāy

Buddhist
பவுத்தர்
Pavuttar

Christian
கிரிஸ்துவர்
Kiristuvar

Hindu
இந்து
Intu

Jewish
யூதர்
yūtar

Muslim
இஸ்லாமியர்
***is**lamiar*

Sikh
சீக்கியர்
***cī**kkiyar*

Work
வேலை
*V*ē***lai***

accountant
கணக்காளர்
***ka**ṇak**kā**ḷar*

---

actor
நடிகர்
***na**ṭi**ka**r*

---

associate
இணை
***i**ṇai*

---

astronaut
விண்வெளி வீரர்
***vi**ṇveḷi **vī**rar*

---

banker
வங்கியாளர்
***va**ṅki**yā**ḷar*

---

butcher

கசாப்புக்காரர்

ka_cāppuk_***kā***_rar_

---

carpenter

தச்சன்

ta_ccaṉ_

---

chef

சமையல்காரர்

ca_maiyal_***kā***_rar_

---

clerk

குமாஸ்தா

ku_mā_***s***_tā_

---

composer

இசையமைப்பாளர்

i_caiyamaip_***pā***_ḷar_

---

custodian

பாதுகாப்பாளர்

pā_tukāp_***pāḷ***_ar_

---

dentist

பல் மருத்துவர்

pal ma_ru_***t***_tuvar_

---

doctor

மருத்துவர்

ma_ru_***t***_tuvar_

---

electrician
மின்னியலாளர்
mi_ṉṉiyal_***ā***_ḷar_

---

executive
நிர்வாகி
ni_rv_***ā***_ki_

---

farmer
விவசாயி
vi_va_***cā***_yi_

---

fireman
தீயணைப்பு வீரர்
tī_yaṇai_***p****pu* ***vī***_rar_

---

handyman
கையாள்
kai_yāḷ_

---

judge
நீதிபதி
nī_tipati_

---

landscaper
நில சீரமைப்பாளர்
ni_la c_***ī***_ramaip_***pā***_ḷar_

---

lawyer
வழக்கறிஞர்
va_ḻakkaṟiñar_

---

librarian

நூலகர்

nū_lakar_

---

manager

மேலாளர்

mē_lā_***ḷa***_r_

---

model

மாடல்

mā_ṭal_

---

notary

சான்று அலுவலர்

Cā_ṉṟu_ ***aluva***_lar_

---

nurse

செவிலியர்

ce_viliyar_

---

optician

கண்மருத்துவர்

ka_ṇ_***ma***_ru_***t***_tuvar_

---

pharmacist

மருந்தாளர்

ma_run_***tā***_ḷar_

---

pilot

விமானி

vi_māṉi_

---

policeman
காவல்காரன்
Kāvalkāraṉ

---

preacher
போதகர்
pōtakar

---

president
ஜனாதிபதி
jaṉātipati

---

representative
பிரதிநிதி
Piratiniti

---

scientist
விஞ்ஞானி
viññāṉi

---

secretary
செயலாளர்
ceyalāḷar

---

singer
பாடகர்
pāṭakar

---

soldier
சிப்பாய்
cippāy

---

teacher
ஆசிரியர்
*ā**c**iri**ya**r*

---

technician
தொழில்நுட்பவியலாளர்
***To**l̲il**nuṭ**pa**vi**yal**ā**ḷar*

---

treasurer
கருவூலர்
***K**aru**vū**lar*

---

writer
எழுத்தாளர்
*el̲ut**tā**ḷar*

---

zoologist
விலங்கியலாளர்
***vi**laṅkiyal**ā**ḷar*

Related Verbs
தொடர்புடைய சொற்கள்
*To**ṭarpuṭaiya** co**r̲kaḷ***

to deliver
வழங்க
***Va**l̲aṅka*

---

to enjoy
அனுபவிக்க
***a**n̲upavi**kk**a*

---

to grow

வளர

vaḷara

---

to laugh

சிரிக்க

cirikka

---

to love

அன்பு செலுத்த

aṉpu celutta

---

to make

செய்ய

ceyya

---

to manage

நிர்வகிக்க

nirvakikka

---

to repair

பழுது பார்க்க

Paḻutu pārkka

---

to serve

சேவை செய்ய

cēvai ceyya

---

to sing

பாட

pāṭa

---

to smile

புன்னகைக்க

puṉṉakaikka

---

to talk

பேச

pēca

---

to think

சிந்திக்க

cintikka

---

to work

வேலை செய்ய

vēlai ceyya

---

to work at

வேலை இடத்தில்

vēlai Iṭattil

---

to work for

வேலை செய்யுமாறு

vēlai ceyyumāṟu

---

to work on

வேலை செய்வதற்காக

vēlai ceyvataṟkāka

---

to worship

வழிபட

Vaḻipaṭa

---

to write

எழுத

el̲uta

4) Parts of the Body
உடலின் பாகங்கள்
Uṭaliṉ pākaṅkaḷ

ankle

கணுக்கால்

***Ka**ṇuk**kā**l*

---

arm

கை

kai

---

back

பின்பக்கம்

***Pi**ṉpa**k**kam*

---

beard

தாடி

***tā**ṭi*

---

belly

வயிறு

***va**yiṟu*

---

blood

இரத்தம்

***I**ra**t**tam*

---

body
உடல்
uṭal

---

bone
எலும்பு
elumpu

---

brain
மூளை
mūḷai

---

breast
மார்பகம்
Mārpakam

---

buttocks
பிட்டம்
Piṭṭam

---

calf
கெண்டைக்கால்
Keṇṭaikkāl

---

cheek
கன்னம்
Kaṉṉam

---

chest
நெஞ்சு
Neñcu

---

chin

முன்தாடை

***Muntha**dai*

---

ear

காது

***Kā**tu*

---

elbow

முழங்கை

***mu**ḻaṅkai*

---

eye

கண்

***ka**ṇ*

---

eyebrow

புருவம்

***pu**ruvam*

---

eyelash

இமை

***I**mai*

---

face

முகம்

***mu**kam*

---

finger

விரல்

***vi**ral*

---

finger nail

விரல் நகம்

__vi__ral __na__kam

---

fist

முஷ்டி

__Mush__ti

---

flesh

சதை

__Ca__tai

---

foot / feet

பாதம்

__Pā__tam

---

forearm

முன்னங்கை

__Mu__n̲n̲aṅkai

---

forehead

நெற்றி

__Ne__r̲r̲i

---

hair

முடி

__mu__ṭi

---

hand

கை

kai

---

head

தலை

ta_lai_

---

heart

இதயம்

i_tayam_

---

heel

குதிகால்

ku_ti_***kā***_l_

---

hip

இடுப்பு

i_ṭu_***p***_pu_

---

jaw

தாடை

tā_ṭai_

---

knee

முழங்கால்

mu_ḻaṅ_***kā***_l_

---

leg

கால்

Kā_l_

---

lips

உதடுகள்

u_taṭukaḷ_

---

moustache

மீசை

__mī__cai

---

mouth

வாய்

__vāy__

---

muscle

தசை

__ta__cai

---

nail

நகம்

__na__kam

---

neck

கழுத்து

__ka__l̲uttu

---

nose

மூக்கு

__mū__kku

---

nostril

மூக்குத்துளை

__Mū__kku__tu__ḷai

---

palm
உள்ளங்கை
***U**ḷḷa**ṅ**kai*

---

shin
முழந்தாள்
***Mu**ḻan**tā**ḷ*

---

shoulder
தோள்பட்டை
***Tō**ḷpaṭṭai*

---

skin
தோல்
***tō**l*

---

spine
முதுகெலும்பு
***mu**tukelu**m**pu*

---

stomach
வயிறு
***va**yiṟu*

---

teeth / tooth
பற்கள் / பல்
***pa**ṟkaḷ / **pa**l*

---

thigh
தொடை
***To**ṭai*

---

throat

தொண்டை

***To**ṇṭai*

---

thumb

கட்டை விரல்

***ka**ṭṭai **vi**ral*

---

toe

கால்விரல்

***Kālvi**ral*

---

toenail

கால்விரல் நகங்கள்

***Kālvi**ral **na**kaṅkaḷ*

---

tongue

நாக்கு

***nā**kku*

---

underarm

அக்குள்

Akkuḷ

---

waist

இடுப்பு

*iṭu**pp**u*

---

wrist

மணிக்கட்டு

***ma**ṇi**k**kaṭṭu*

Related Verbs
தொடர்புடைய சொற்கள்
Toṭarpuṭaiya coṟkaḷ

to exercise
உடற்பயிற்சி செய்ய
Uṭaṟpayiṟci ceyya

---

to feel
உணர
uṇara

---

to hear
கேட்க
kēṭka

---

to see
பார்க்க
pārkka

---

to smell
மணக்க
Maṇakka

---

to taste
சுவைக்க
Cuvaikka

---

to touch
தொட
toṭa

---

5) Animals
விலங்குகள்
Vilaṅkukaḷ

alligator
முதலை
***mu**talai*

---

anteater
எறும்புத்தின்னி
***e**ṟumpu**tt**iṉṉi*

---

antelope
மறிமான்
***ma**ṟi**mā**ṉ*

---

ape
மனிதக் குரங்கு
***ma**ṉita**k ku**raṅku*

---

armadillo
ஆர்மடில்லோ
***ā**rmaṭ**ill**ō*

---

baboon
வாலற்ற பெருங்குரங்கு
***vā**laṟṟa **pe**ruṅ**ku**raṅku*

---

bat
வௌவால்
***V**auv**ā**l*

---

bear
கரடி
***ka**raṭi*

---

beaver
நீர்நாய்
***nīrnā**y*

---

bison
காட்டெருமை
***kāṭṭe**rumai*

---

bobcat
பூனையினக் காட்டுவிலங்கு வகை
***Pū**ṉaiyiṉa**k kā**ṭṭu**vi**laṅku **va**kai*

---

camel
ஒட்டகம்
***O**ṭṭakam*

---

caribou
கலைமான் வகை
***Ka**lai**mā**ṉ **va**kai*

---

cat
பூனை
***Pū**ṉai*

---

chameleon
பச்சோந்தி
***paccō**nti*

---

cheetah
சிறுத்தை
***ci**ṟu**tt**ai*

---

chipmunk
செவ்வணில்
***Ce**vvaṇil*

---

cougar
காட்டுப் பூனை
***Kā**ṭṭ**up pū**ṉai*

---

cow
மாடு
***Mā**ṭu*

---

coyote
வயலோநாய்
***Va**yal**ō**nāy*

---

crocodile
முதலை
***Mu**talai*

---

deer
மான்
***mā**ṉ*

---

dinosaur

டைனோசர்

ṭaiṉōcar

---

dog

நாய்

nāy

---

donkey

கழுதை

kaḻutai

---

elephant

யானை

yāṉai

---

emu

ஈமு

īmu

---

ferret

மரநாய் வகை

Maranāy vakai

---

fox

நரி

Nari

---

frog

தவளை

tavaḷai

---

gerbil
பாலைவன எலி
pālaivan̲a eli

---

giraffe
ஒட்டகச்சிவிங்கி
Oṭṭakacciviṅki

---

goat
ஆடு
āṭu

---

gorilla
கொரில்லா
korillā

---

groundhog
கோறிணி விலங்கு வகை
Kor̲iṇi vilaṅku vakai

---

guinea pig
கினி பன்றி
Kin̲i pan̲r̲i

---

hamster
வெள்ளெலி
Veḷḷeli

---

hedgehog
முள்ளம்பன்றி போன்ற ஒரு சிறுவிலங்கு
Muḷḷam pan̲r̲i pōn̲r̲a oru cir̲uvilaṅku

---

hippopotamus
நீர்யானை
Nīryāṉai

---

horse
குதிரை
kutirai

---

iguana
உடும்பு
Uṭumpu

---

kangaroo
கங்காரு
kaṅkāru

---

lemur
லெமூர்
Lemūr

---

leopard
சிறுத்தை
ciṟuttai

---

lion
சிங்கம்
ciṅkam

---

lizard
பல்லி
Palli

---

llama
மலை ஆடு
malai āṭu

---

meerkat
கீரிப் பிள்ளை
Kīrip piḷḷai

---

mouse / mice
சுண்டெலி / சுண்டெலிகள்
Cuṇṭeli / Cuṇṭeligal

---

mole
அகழெலி
Akaḻeli

---

monkey
குரங்கு
Kuraṅku

---

moose
கடமான்
kaṭamāṉ

---

mouse
சுண்டெலி
Cuṇṭeli

---

otter
நீர் நாய்
Nīr nāy

---

panda
பாண்டா
pā*ṇṭā*

---

panther
சிறுத்தை
ci*ṟuttai*

---

pig
பன்றி
pa*ṉṟi*

---

platypus
தட்டைப்பதமி
Ta*ṭṭai****p****patami*

---

polar bear
துருவ கரடி
Tu*ruva* ***ka****raṭi*

---

porcupine
முள்ளம்பன்றி
mu*ḷḷam****pa****ṉṟi*

---

rabbit
முயல்
mu*yal*

---

raccoon
அணில்கரடி
A*ṇil****ka****raṭi*

---

rat

எலி

eli

---

rhinoceros

காண்டாமிருகம்

kāṇṭāmirukam

---

sheep

செம்மறியாடு

cem'maṟiyāṭu

---

skunk

ஸ்குங்

Skuṅ

---

sloth

கரடி போன்ற பாலுண்ணி விலங்கு வகை

Karaṭi pōṉṟa pāluṇṇi vilaṅku vakai.

---

snake

பாம்பு

pāmpu

---

squirrel

அணில்

aṇil

---

tiger

புலி

puli

---

toad
தேரை
Tērai

---

turtle
ஆமை
āmai

---

walrus
கடற்பசு
Kaṭaṟpacu

---

warthog
காட்டுப்பன்றி
Kāṭṭuppaṉṟi

---

weasel
மரநாய்
Maranāy

---

wolf
ஓநாய்
ōnāy

---

zebra
வரிக்குதிரை
varikkutirai

Birds
பறவைகள்
Paṟavaika

canary

கேனரி

kēṉari

---

chicken

கோழிக்குஞ்சு

kōḻikkuñcu

---

crow

காகம்

kākam

---

dove

புறா

puṟā

---

duck

வாத்து

vāttu

---

eagle

கழுகு

kaḻuku

---

falcon

ராஜாளிப்பறவை

Rājāḷippaṟavai

---

flamingo
பூநாரை
Pūnārai

---

goose
வாத்து
Vāttu

---

hawk
பருந்து
paruntu

---

hummingbird
இமிரிச்சிட்டு
Imiriccittu

---

ostrich
தீக்கோழி
tīkkōḻi

---

owl
ஆந்தை
āntai

---

parrot
கிளி
kiḷi

---

peacock
மயில்
mayil

---

pelican

நாரை

***nā**rai,*

---

pheasant

மயில் போன்ற ஒரு பட்சி

***Ma**yil **pō**ṉṟa **o**ru **pa**ṭci*

---

pigeon

புறா

***pu**ṟā*

---

robin

மார்வு சிவந்த சிறுபறவை வகை

***Mā**rvu **ci**vanta **ci**ṟu**pa**ṟavai **va**kai*

---

rooster

சேவல்

***cē**val*

---

sparrow

குருவி

***ku**ruvi*

---

swan

அன்னம்

***a**ṉṉam*

---

turkey

வான்கோழி

***vā**ṉ**kō**ḻi*

Water / Ocean / Beach
நீர் பெருங்கடல் கடற்கரை
Nīr peruṅkaṭal kaṭaṟkarai

bass
கொடுவாய்
Koṭuvāy

---

catfish
கெளுத்தி மீன்
keḷutti mīṉ

---

clam
மட்டி
maṭṭi

---

crab
நண்டு
naṇṭu

---

goldfish
தங்கமீன்
taṅkamīṉ

---

jellyfish
இழுது மீன்
Iḻutu mīṉ

---

lobster
சிங்கி இறால்
Ciṅki iṟāl

---

mussel
சிப்பி வகை
***Ci**ppi **va**kai*

---

oyster
மட்டிகள்
***ma**ṭṭikaḷ*

---

salmon
காலமீன்
***Kā**la**mī**ṉ*

---

shark
சுறா
***cu**ṟā*

---

trout
மீன் வகை
***Mī**ṉ **va**kai*

---

tuna
கீரை மீன்
***Kī**rai **mī**ṉ*

---

whale
திமிங்கலம்
***ti**miṅ**ka**lam*

Insects
பூச்சிகள்
Pūccikaḷ

ant
எறும்பு
eṟumpu

---

bee
தேனீ
tēṉī

---

beetle
வண்டு
vaṇṭu

---

butterfly
பட்டாம்பூச்சி
paṭṭāmpūcci

---

cockroach
கரப்பான்
karappāṉ

---

dragonfly
தும்பி
tumpi

---

earthworm
மண்புழு
maṇpuḻu

---

flea
தெள்ளுப்பூச்சி
***te**ḷḷup**pū**cci*

---

fly
ஈ
ī

---

gnat
இரத்தம் உறிஞ்சும் ஈ
I**ra**tt**am **u**ṟiñcum **ī

---

grasshopper
வெட்டுக்கிளி
***ve**ṭṭuk**ki**ḷi*

---

ladybug
கரும்பள்ளிவண்டு
***Ka**rum**pa**ḷḷi**va**ṇṭu*

---

moth
அந்துப்பூச்சி
***a**ntup**pū**cci*

---

mosquito
கொசு
***ko**cu*

---

spider
சிலந்தி
***Ci**la**n**ti*

---

wasp
குளவி
***ku**ḷavi*

Related Verbs
தொடர்புடைய சொற்கள்
*To**ṭarpu**ṭ**aiya** co**ṟkaḷ***

to eat
சாப்பிட
***Cā**ppiṭa*

---

to bark
குரைக்க
***Ku**rai**k**ka*

---

to chase
துரத்த
***tu**ra**t**ta*

---

to feed
உணவளிக்க
***u**ṇavaḷi**k**ka*

---

to hibernate
குளிர்காலம் முழுவதும் துயில் கொள்ள
***Ku**ḷir **kā**lam **mu**ḻuvatum **tu**yil **ko**ḷḷa*

---

to hunt
வேட்டையாட
***Vē**ṭṭai**yā**ṭa*

---

to move

நகர

***Na**kara*

---

to perch

உட்கார

***U**ṭ**kā**ra*

---

to prey

இறை தேட

*Irai **tē**ṭa*

---

to run

ஓட

***ō**ṭa*

---

to swim

நீந்த

***nī**nta*

---

to wag

மேலும் கீழும் ஆட்ட

***Mē**lum **kī**ḻum **ā**ṭṭa*

---

to walk

நடக்க

***na**ṭa**kk**a*

---

6) Plants and Trees
செடிகள் மற்றும் மரங்கள்
Ceṭikaḷ maṟṟum maraṅkaḷ

acacia
கருவேல மரம்
***Ka**ruv**ē**la **ma**ram*

---

acorn
கருவாலிக்கொட்டை
***Ka**ruv**ā**lik**ko**ṭṭai*

---

annual
ஒரு பருவச் செடி
***O**ru **pa**ruvac **ce**ṭi*

---

apple tree
ஆப்பிள் மரம்
*Āppiḷ **ma**ram*

---

bamboo
மூங்கில்
***mū**ṅkil*

---

bark
பட்டை
***pa**ṭṭai*

---

bean
அவரை
Avarai

---

berry
சதைக்கனி
Cataikkaṉi

---

birch
புர்ஜ்ஜமரம்
Purjjamaram

---

blossom
அரும்பு
Arumpu

---

branch
கிளை
Kiḷai

---

brush
குறுங்காடு
Kuṟuṅkāṭu

---

bud
மொட்டு
Moṭṭu

---

bulb
கிழங்கு
Kiḻaṅku

---

bush
புதர்
Putar

---

cabbage
முட்டைக்கோஸ்
muṭṭaikkōs

---

cactus
கள்ளிச்செடி
Kaḷḷic ceṭi

---

carnation
இரட்டடுக்கான இதழ்களையுடைய மலர்ச் செடி வகை
Iraṭṭaṭukkāṉa itaḻkaḷaiyuṭaiya malarc ceṭi vakai

---

cedar
தேவதாரு மரம்
Tēvatāru maram

---

cherry tree
செர்ரி மரம்
Cerri maram

---

chestnut
கஷ்கொட்டை
kaṣkoṭṭai

---

corn
சோளம்
cōḷam

---

cypress

ஊசி இலை மரம்

***ū**ci **i**lai **ma**ram*

---

deciduous

உதிருகின்ற

***U**tiru**ki**ṉṟa*

---

dogwood

இலையுதிர் பருவத்தில் தண்டும் இலைகளும் சிவப்பாக மாறவல்ல சிறுமர வகை

***I**laiyutir **pa**ruvattil **ta**ṇṭum **i**lai**ka**ḷum **ci**vapp**ā**ka*
***mā**ṟavalla **ci**ṟumara **va**kai*

---

eucalyptus

தைலமரம்

***Ta**ila**ma**ram*

---

evergreen

பசுமையான

***pa**cumai**yā**ṉa*

---

fern

பன்னம்

***pa**ṉṉam*

---

fertilizer

உரம்

***u**ram*

---

fir
ஊசிஇலை மரவகை
*Ūci'**i**lai **ma**ravakai*

---

flower
மலர்
***Ma**lar*

---

foliage
தழை
***Ta**ḻai*

---

forest
காடு
***Kā**ṭu*

---

fruit
பழம்
***pa**ḻam*

---

garden
தோட்டம்
***tō**ṭṭam*

---

ginko
கிங்கோ
***Ki**ṅkō*

---

grain
தானியம்
***Tā**ṉiyam*

---

grass

புல்

pul

---

hay

வைக்கோல்

vaikkōl

---

herb

மூலிகை

MŪlikai

---

hickory

வட அமெரிக்க மர வகை

Vaṭa amerikka mara vakai

---

ivy

படர்க்கொடி

Paṭarkkoṭi

---

juniper

ஜூனிப்பர்

Juṉippar

---

kudzu

கட்ஷு

Kaṭṣu

---

leaf / leaves

இலை / இலைகள்

Ilai / ilaikaḷ

---

lettuce
பச்சடிக்கீரை
***Pa**ccaṭikk**kī**rai*

---

lily
அல்லி
***A**lli*

---

magnolia
மாக்னோலியா
***mākṉō**liyā*

---

maple tree
வலய மரம்
***Va**laya **ma**ram.*

---

moss
பாசி
***Pā**ci*

---

nut
கொட்டை
***ko**ṭṭai*

---

oak
கருவாலி
***ka**ru**vā**li*

---

palm tree
பனை மரம்
***pa**ṉai **ma**ram*

---

pine cone

பைன் கூம்பு

paiṉ kūmpu

---

pine tree

பைன் மரம்

paiṉ maram

---

plant

தாவரம்

tāvaram

---

peach tree

குழிப்பேரி மரம்

Kuḻippēri Maram

---

pear tree

பேரி மரம்

Pēri maram

---

petal

இதழ்

itaḻ

---

poison ivy

நஞ்சு படர்கொடி

Nañcu paṭar koṭi

---

pollen

மகரந்தம்

Makarantam

---

pumpkin

பரங்கிக்காய்

paraṅkikkāy

---

root

வேர்

vēr

---

roses

ரோஜாக்கள்

rōjākkaḷ

---

sage

மணப்பூண்டுவகை

Maṇappūṇṭuvakai

---

sap

மரச்சாறு

Maraccāṟu

---

seed

விதை

Vitai

---

shrub

புதர்

putar

---

squash

பழக்குழம்பு

Paḻakkuḻampu

---

soil

மண்

Maṇ

---

stem

தண்டு

***ta**ṇṭu*

---

thorn

முள்

***Mu**ḷḷ*

---

tree

மரம்

***ma**ram*

---

trunk

அடிமரம்

Aṭimaram

---

vegetable

காய்கறி

***kā**ykaṟi*

---

vine

கொடி

***Ko**ṭi*

---

weed

களை

***ka**ḷai*

Related Verbs
தொடர்புடைய சொற்கள்
Toṭarpuṭaiya coṟkaḷ

to fertilize
உரமிட
Uramiṭa

---

to gather
சேகரிக்க
cēkarikka

---

to grow
வளர
vaḷara

---

to harvest
அறுவடை செய்ய
aṟuvaṭai ceyya

---

to pick
எடுக்க
eṭukka

---

to plant
நட்டு வைக்க
Naṭṭu vaikka

---

to plow
ஏர் உழ
Ēr uḻa

---

to rake
தோண்ட
Tōṇṭa

---

to sow
விதைக்க
vitaikka

---

to spray
தெளிக்க
teḷikka

---

to water
தண்ணீர் இட
Taṇṇīr iṭa

---

to weed
களை எடுக்க
Kaḷai eṭukka

---

7) Meeting Each Other
ஒருவரையொருவர் சந்திப்பது
Oruvaraiyoruvar cantippatu

Greetings / Introductions:
வாழ்த்துக்கள் / அறிமுகம்
Vāḻttukkaḷ / aṟimukam

Good morning
காலை வணக்கம்
Kālai vaṇakkam

Good afternoon
மத்திய வணக்கம்
mattiya vaṇakkam

Good evening
மாலை வணக்கம்
Mālai vaṇakkam

Good night
நல் இரவு
Nal iravu

Hi
ஹாய்
Hāy

Hello
ஹலோ
Halō

Have you met (name)?
நீங்கள் சந்தித்திருக்கிறீர்களா(பெயர்)?
Nīṅkaḷ cantittirukkiṟīrkaḷā? (peyar)

Haven't we met?
நாங்கள் / நாம் சந்தித்ததில்லையா?
Nāṅkaḷ / Nām cantittatillaiyā

How are you?
நீங்கள் எப்படி இருக்கிறீர்கள்?
Nīṅkaḷ eppaṭi irukkiṟīrkaḷ?

How are you today?
நீங்கள் இன்று எப்படி உள்ளீர்கள்?
Nīṅkaḷ iṉṟu eppaṭi uḷḷīrkaḷ?

How do you do?
நீங்கள் எப்படி செய்கிறீர்கள்?
Nīṅkaḷ eppaṭi ceykiṟīrkaḷ

How's it going?
எப்படி போய்க்கொண்டு இருக்கிறது?
Eppaṭi pōykkoṇṭu irukkiṟatu

I am (name)
நான் (பெயர்)
Nāṉ (peyar)

I don't think we've met.

நாங்கள் / நாம் சந்தித்து இருப்பதாக எனக்கு தோன்றவில்லை

Nāṅkaḷ / Nām cantittu iruppatāka eṉakku tōṉṟavillai

It's nice to meet you.

உங்களை சந்தித்ததில் மகிழ்ச்சி

Uṅkaḷai cantittatil makiḻcci

Meet (name)

சந்தியுங்கள் (பெயர்)

Cantiyuṅkaḷ (peyar)

My friends call me (nickname)

எனது நண்பர்கள் என்னை (செல்லப் பெயர்) என்று அழைப்பார்கள்

Eṉatu naṇparkaḷ eṉṉai (cellap peyar) eṉṟu aḻaippārkaḷ

My name is (name)

எனது பெயர்

Eṉatu peyar

Nice to meet you

உங்களை சந்தித்ததில் மகிழ்ச்சி

Uṅkaḷai cantittatil makiḻcci

Nice to see you again.

உங்களை மீண்டும் கண்டதில் மகிழ்ச்சி

Uṅkaḷai mīṇṭum Kantatil makiḻcci

Pleased to meet you.

உங்களை சந்திப்பதில் மிக்க மகிழ்ச்சி

Uṅkaḷai cantippatil mikka makiḻcci

This is (name)

இவர் (பெயர்)

Ivar (peyar)

What's your name?

உங்கள் பெயர் என்ன

uṅkaḷ peyar eṉṉa?

Who are you?

நீங்கள் யார்

Nīṅkaḷ yār

Greeting Answers

வாழ்த்து பதில்கள்

Vāḻttu patilkaḷ

Fine, thanks

நலம், நன்றி

Nalam, naṉṟi

I'm exhausted

நான் சோர்வடைந்து விட்டேன்

Nāṉ cōrvaṭaintu viṭṭēṉ

I'm okay

நான் பரவாயில்லை

Nāṉ paravāyillai

I'm sick

நான் உடல்நிலை சரியில்லாமல் இருக்கிறேன்

***nā**n̲ **u**ṭal**ni**lai **ca**riyil**lā**mal **i**rukki**r̲ē**n̲*

I'm tired

நான் சோர்வாக இருக்கிறேன்

***nā**n̲ **cō**rvāka **i**rukkir̲ēn̲*

Not too bad

மிக மோசமாக இல்லை

***Mi**ka **mō**camāka **il**lai*

Not too well, actually

உண்மையில் மிகவும் நன்றாக இல்லை

***U**ṇmaiyil **mi**kavum **na**n̲r̲āka **il**lai*

Very well

மிகவும் நன்று

***Mi**kavum **na**n̲r̲u*

Saying Goodbye
விடைகொடுத்தல்
Viṭaikoṭuttal

Bye

சென்றுவாருங்கள்

***Se**ntru**va**rungal*

Good bye

நன்கு சென்றுவாருங்கள்

***Na**ngu **Se**ntru**va**rungal*

Good night
இனிய இரவு
***I**ṉiya **i**ravu*

See you
உங்களை காண்கிறேன்
*Uṅkaḷai **ka**ṇ**ki**ṟēṉ*

See you later
உங்களைப் பிற்பாடு காண்கிறேன்
***u**ṅkaḷaip **pi**ṟpāṭu **ka**ṇ**ki**ṟēṉ*

See you next week
உங்ளை அடுத்த வாரம் காண்கிறேன்
*Uṅkaḷai **a**ṭutta **vā**ram **ka**ṇ**ki**ṟēṉ*

See you soon
உங்களை விரைவில் காண்கிறேன்
*Uṅkaḷai **vi**raivil **ka**ṇ**ki**ṟēṉ*

See you tomorrow
உங்களை நாளை காண்கிறேன்
*Uṅkaḷai **nā**ḷai **ka**ṇ**ki**ṟēṉ*

Courtesy
பண்பு
*Pa**ṇpu***

Excuse me
என்னை மன்னியுங்கள்
***e**ṉṉai **ma**ṉṉi**yu**ṅkaḷ*

Pardon me

என்னை மன்னியுங்கள்

Eṉṉai maṉṉiyuṅkaḷ

I'm sorry

நான் வருந்துகிறேன்

nāṉ varuntukiṟēṉ

Thanks

நன்றி

naṉṟi

Thank you

உங்களுக்கு நன்றி

Uṅkaḷukku naṉṟi

You're welcome

உங்களை வரவேற்கிறேன

Uṅkaḷai varavēṟkiṟēṉ

Special Greetings

சிறப்பு வாழ்த்துக்கள்

Ciṟappu vāḻttukkaḷ

Congratulations

வாழ்த்துக்கள்

vāḻttukkaḷ

Get well soon

சீக்கிரம் குணமடையுங்கள்

cīkkiram kuṇamātaiuṅkaḷ

Good luck

நற்பேறு

narpēṟu

Happy New Year

புத்தாண்டு நல்வாழ்த்துக்கள்

puttāṇṭu nalvāḻttukkaḷ

Happy Easter

ஈஸ்டர் நல்வாழ்த்துக்கள்

īsṭar nalvāḻttukkaḷ

Merry Christmas

கிறிஸ்துமஸ் வாழ்த்துக்கள்

kiṟistumas vāḻttukkaḷ

Well done

நன்கு செய்யப்படுகிறது

Naṉku ceyyappaṭukiṟatu

Related Verbs

தொடர்புடைய சொற்கள்

Toṭarpuṭaiya coṟkaḷ

---

to greet

வரவேற்க

Varavēṟka

---

to meet

சந்திக்க

cantikka

---

to say
சொல்ல
***co**lla*

---

to shake hands
கைகுலுக்க
***kai**kulu**kk**a*

---

to talk
பேச
***pē**ca*

---

to thank
நன்றி சொல்ல
***na**ṉṟi **co**lla*

---

8) House

வீடு

Vīṭu

air conditioner

காற்றுச்சீரமைப்பி

kār̲r̲uccīramaippi

---

appliances

உபகரணங்கள்

upakaraṇaṅkaḷ

---

attic

உப்பரிகை

upparikai

---

awning

படங்குக்கூரை

paṭaṅkukkūra

---

backyard

கொல்லைப்புறம்

kollaippur̲am

---

balcony

மேல் மாடம்

Mēl māṭam

---

basement

அடித்தளம்

Aṭittaḷam

---

bathroom
குளியலறை
***Ku**ḷiya**la**ṟai*

---

bath tub
குளியல் தொட்டி
***Ku**ḷiyal **to**ṭṭi*

---

bed
படுக்கை
***Pa**ṭu**k**kai*

---

bedroom
படுக்கையறை
***Pa**ṭukkai**ya**ṟai*

---

blanket
போர்வை
***Pō**rvai*

---

blender
கலப்பான்
***Ka**lap**pā**ṉ*

---

blinds
மறைப்புகள்
***Ma**ṟaippu**ka**ḷ*

---

bookshelf / bookcase
புத்தக அலமாரி / புத்தக அடுக்குப்பெட்டி
***Pu**ttaka **a**la**mā**ri / **Pu**ttaka **a**ṭukku**ppe**ṭṭi*

---

bowl

கிண்ணம்

Kiṇṇam

---

cabinet

அலமாரி

Alamāri

---

carpet

கம்பளம்

Kampaḷam

---

carport

கூரை கொண்ட வாகனத்திற்க்கான தங்குமிடம் இடுகைகளால் ஆனது

Kūrai koṇṭa vākaṉattiṟkkāṉa taṅkumiṭam Iṭukaikaḷāl āṉatu

---

ceiling

கூரை

Kūrai

---

cellar

தாழறை

Tāḻaṟai

---

chair

நாற்காலி

Nāṟkāli

---

chimney
புகைபோக்கி
***Pu**kaipō**kki*

---

clock
கடிகாரம்
***Ka**ṭi**kā**ram*

---

closet
அலமாரி
***A**la**mā**ri*

---

computer
கணினி
***Ka**ṇiṉi*

---

couch
நீள் சாய்விருக்கை
***Nīḷ cāyvi**rukkai*

---

counter
முகப்பு
***Mu**kappu*

---

crib
தொட்டில்
***T**otil*

---

cupboard
அடுக்குப்பலகை
***A**ṭukku**p**palakai*

---

cup

கோப்பை

**kō**ppai

---

curtain

திரைச்சீலை

**ti**raic**cī**lai

---

desk

மேசை

**mē**cai

---

dining room

சாப்பாட்டு அறை

**cāppā**ṭṭu **a**ṟai

---

dishes

உணவுகள் / தட்டுகள்

**u**ṇavukaḷ / **Ta**ṭṭukal

---

dishwasher

பாத்திரங்கழுவி

**pā**ttiraṅ**ka**ḻuvi

---

door

கதவு

**ka**tavu

---

doorbell

அழைப்புமணி

**a**ḻaippu**ma**ṇi

---

doorknob

கதவு குமிழ்

***Ka**tavu **ku**mil̲*

---

doorway

வாயிற்படி

***Vā**yir̲paṭi*

---

drapes

திரைச்சீலைகள்

***Ti**raic**cī**laikaḷ*

---

drawer

இழுப்பறை

***I**l̲up**pa**r̲ai*

---

driveway

வண்டிப்பாதை

***Va**ṇṭip**pā**tai*

---

dryer

உலர்த்தி

***u**lar**t**ti*

---

duct

நாளம்

***Nā**ḷam*

---

exterior

வெளிப்புறம்

***ve**ḷip**pu**r̲am*

---

family room

குடும்ப அறை

__ku__ṭumpa __a__ṟai

---

fan

விசிறி

__vi__ciṟi

---

faucet

குழாய் மூடி

__Ku__ḻāy __Mū__ti

---

fence

வேலி

__Vē__li

---

fireplace

நெருப்பிடம்

__ne__ru__pp__iṭam

---

floor

தரை

__ta__rai

---

foundation

அடித்தளம்

__a__ṭit__ta__ḷam

---

frame

சட்டகம்

__ca__ṭṭakam

---

freezer
உறைவிப்பான்
u̱raivippāṉ

---

furnace
உலை
Ulai

---

furniture
தளபாடங்கள்
Taḷapāṭaṅkaḷ

---

garage
வண்டிக்கொட்டகை
Vaṇṭikkoṭṭakai

---

garden
தோட்டம்
tōṭṭam

---

grill
உணவு சுடும் இரும்புப் பாத்திரம்
uṇavu cuṭum irumpup pāttiram

---

gutters
சாக்கடை
Cākkaṭai

---

hall / hallway
கூடம் / முகப்புக்கூடம்
Kūṭam / Mukappukkūṭam

---

hamper

கூடை

Kū_ṭai_

---

heater

வெப்பமாக்கி

ve_ppa_***mā***_kki_

---

insulation

மின்காப்பு

Mi_ṉ_***kā***_ppu_

---

jacuzzi tub

ஜக்குஸி தொட்டி

Ja_kkusi_ ***to***_ṭṭi_

---

key

சாவி

Cā_vi_

---

kitchen

சமையலறை

ca_maiyalaṟai_

---

ladder

ஏணி

ē_ṇi_

---

lamp

விளக்கு

vi_ḷ_***a***_kku_

---

landing

தரையிறக்கம்

taraiyiṟakkam

---

laundry

சலவை

calavai

---

lawn

புல்வெளி

pulveḷi

---

lawnmower

புல்மட்டம் வெட்டும் கருவி

Pulmaṭṭam veṭṭum karuvi

---

library

நூலகம்

Nūlakam

---

light

வெளிச்சம்

veḷiccam

---

linen closet

குளியலறை பொருட்கள் சேமிப்பு இழுப்பறை

Kuḷiyalaṟai poruṭkaḷ cēmippu iḻuppaṟai

---

living room

வரவேற்பறை

Varavēṟpaṟai

---

lock
பூட்டு
Pūṭṭu

---

loft
பரண்
Paraṇ

---

mailbox
அஞ்சல் பெட்டி
añcal peṭṭi

---

mantle
மூடகம்
Mūṭakam

---

master bedroom
தலைவன் படுக்கையறை
Talaivaṉ paṭukkaiyaṟai

---

microwave
நுண்ணலை
nuṇṇalai

---

mirror
கண்ணாடி
Kaṇṇāṭi

---

neighborhood
அண்டையர்
aṇṭaiyar

---

nightstand
படுக்கை அருகில் வைக்கும் மேசை
Paṭukkai arukkil vaikkum mēcai

---

office
அலுவலகம்
Aluvalakam

---

oven
சூளை
Cūḷai

---

painting
ஓவியம்
Ōviyam

---

paneling
பலகமாக்கம்
Palakamākkam

---

pantry
களஞ்சிய அறை
Kaḷañciya aṟai

---

patio
உள்முற்றம்
Uḷmuṟṟam

---

picnic table
சுற்றுலா மேசை
Cuṟṟulā mēcai

---

picture
படம்
***Pa**ṭam*

---

picture frame
படச்சட்டம்
***Pa**ṭaccaṭṭam*

---

pillow
தலையணை
Ta**laiya**ṇai

---

plates
தட்டுகள்
***ta**ṭṭukaḷ*

---

plumbing
குழாய்கள் அமைப்பு
***ku**ḻāy**ka**ḷ a**ma**ipu*

---

pool
நீச்சல் குளம்
***nī**ccal **ku**ḷam*

---

porch
தாழ்வாரம்
***Tā**ḻ**vā**ram*

---

queen bed
ராணி படுக்கை
***Rā**ṇi **pa**ṭu**k**kai*

---

quilt
மெல்லியமெத்தை
***Me**lliya**me**ttai*

---

railing
கம்பி வேலி
Ka**mpi **v**ē**li

---

range
எல்லை
***el**lai*

---

refrigerator
குளிர்சாதன பெட்டி
***Ku**ḷircātaṉa **pe**ṭṭi*

---

remote control
தொலை கட்டுப்பாடு
***to**lai **ka**ṭṭup**pā**ṭṭu*

---

roof
கூரை
***kū**rai*

---

room
அறை
***a**ṟai*

---

rug
தரை விரிப்புக் கம்பளம்
***Ta**rai **vi**rippu**k** **ka**mpaḷam*

---

screen door
திரைக் கதவு
***Tiraik ka**tavu*

---

shed
கொட்டகை
***ko**ṭṭakai*

---

shelf / shelves
அடுக்கம் / அலமாரிகள்
***a**ṭukkam / **ala**m**ā**rikaḷ*

---

shingle
பாவு ஓடு
***pā**vu **ō**ṭu*

---

shower
பீச்சுக்குழாய்
***Pī**ccuk**ku**ḻāy*

---

shutters
அடைப்பு
***A**ṭai**p**pu*

---

siding
துணைத்தடம்
***tu**ṇai**t**taṭam*

---

sink
மித்தம்
***Mi**ttam*

---

sofa
நீள் சாய்வு இருக்கை
Nīḷ cāyvu irukkai

---

stairs / staircase
படிகள் / மாடி படிக்கட்டு
Paṭikaḷ / māṭi paṭikkaṭṭu

---

step
படி
Paṭi

---

stoop
படிவாயில்
Paṭivāyil

---

stove
அடுப்பு
Aṭuppu

Study Room
படிக்கும் அறை
Paṭikkum aṟai

---

table
மேசை
Mēcai

---

telephone
தொலைபேசி
tolaipēci

---

television
தொலைக்காட்சி
***to**laik**kā**ṭci*

---

toaster
ரொட்டி சுடுவான்
***Ro**ṭṭi **cu**ṭu**vā**ṉ*

---

toilet
கழிப்பறை
***Ka**ḻip**pa**ṟai*

---

towel
துண்டு
***tu**ṇṭu*

---

trash can
குப்பைத்தொட்டி
***Ku**ppait**to**ṭṭi*

---

trim
சீர்நிலை
***Cīrni**lai*

---

upstairs
மேல்மாடி / மேல்படிக்கட்டு
***Mēlmā**ṭi / **Mē**lpaṭik**ka**ṭṭu*

---

utility room
பயன்பாட்டு அறை
***Pa**yaṉpā**ṭṭu** **a**ṟai*

---

vacuum
வெற்றிடம்
ve_ṟṟiṭam_

---

vanity
மாயை
mā_yai_

---

vase
குவளை
ku_vaḷai_

---

vent
காற்றுப் புழைவாய்
Kā_ṟṟup_ ***pu***_ḻai_***vā***_y_

---

wall
சுவர்
Cu_var_

---

wardrobe
அலமாரி
a_la_***mā***_ri_

---

washer / washing machine
சலவை இயந்திரம்
ca_lavai_ ***i***_yantiram_

---

waste basket
கழிவுக் கூடை
Ka_ḻivuk_ ***kū***_ṭai_

---

water heater
தண்ணீர் சூடாக்கி
***ta**ṇṇīr **cū**ṭākki*

---

welcome mat
வரவேற்பு பாய்
***va**ravēṟpu **pā**y*

---

window
சாளரம் / ஜன்னல்
***Cā**ḷaram / **Ja**ṉṉal*

---

window pane
சாளர / ஜன்னல்பலகம்
***Cā**ḷara / **Ja**ṉṉal **Pa**lakam*

---

window sill
சாளர சட்டத்தின் கீழ்ப்பகுதி
***Cā**ḷara **ca**ṭṭattiṉ **Kī**ḻ**ppa**kuti*

---

yard
முற்றம்
***mu**ṟṟam*

Related Verbs
தொடர்புடைய சொற்கள்
*To**ṭarpu**ṭaiya co**ṟkaḷ***

to build
கட்ட
***Ka**ṭṭa*

---

to buy
வாங்க
***vā**ṅka*

---

to clean
சுத்தம் செய்ய
***cu**ttam **ce**yya*

---

to decorate
அலங்கரிக்க
***a**laṅkari**k**ka*

---

to leave
விட
***Vi**ṭa*

---

to move in
குடியேற
***Ku**ṭiyēṟa*

---

to move out
வெளியேற
***ve**ḷiyēṟa*

---

to renovate
புதுப்பிக்க
***pu**tup**pi**kka*

---

to repair
பழுது பார்க்க
***Pa**ḻutu **pā**rka*

---

to sell
விற்க
viṟka

---

to show
காண்பிக்க
kāṇpikka

---

to view
பார்வையிட
pārvaiyiṭa

---

to visit
வருகை செய்ய
Varukai ceyya

---

to work
வேலை செய்ய
vēlai ceyya

---

9) Arts & Entertainment
கலை மற்றும் பொழுதுபோக்கு
Kalai mar̲r̲um pol̲utupōkku

3-D
முப்பரிமானம்
***Mu**pparimān̲am*

---

action movie
சண்டை படம்
can̩ṭai paṭam

---

actor / actress
நடிகர் / நடிகை
naṭikar / naṭikai

---

album
பாடல் தொகுப்பு
Pāṭal tokuppu

---

alternative
வேறு ஒன்று
Vēr̲u on̲r̲u

---

amphitheater
திறந்தவெளி அரங்கம்
Tir̲antaveḷi araṅkam

---

animation
அசைவூட்டம்
***a**caiv**ū**ṭṭam*

---

artist
கலைஞர்
***Ka**lai**ñ**ar*

---

audience
அரங்கத்தினர்
***A**raṅkat**ti**ṉar*

---

ballerina
ஆடல் நங்கை
***Ā**ṭal **na**ṅkai*

---

ballet
பாலே
***pā**lē*

---

band
இசைக்குழு
***i**cai**k**kuḻu*

---

blues
ப்ளூஸ்
***p**ḷūs*

---

caption
தலைப்பு
***Ta**lai**p**pu*

---

carnival

திருவிழா

***Ti**ruviḻā*

---

cast

குழு

***Ku**ḻu*

---

choreographer

நடனக் இயக்குநர்

***Na**ṭaṉak **i**yakkunar*

---

cinema

திரைப்படம்

***Thi**rai**p**padam*

---

classic

காவிய

***kā**viya*

---

comedy

நகைச்சுவை

***na**kaiccuvai*

---

commercial

விளம்பரம்

***Vi**ḷam**pa**ram*

---

composer

இசையமைப்பாளர்

***I**caiyamai**pp**āḷar*

---

concert

கச்சேரி

ka_ccēri_

---

conductor

நடத்துனர்

na_ṭattuṉar_

---

contemporary

சமகால

ca_ma_***kā***_la_

---

country

நாடு

nā_ṭu_

---

credits

நன்மதிப்பு

Na_ṉ_***ma***_tippu_

---

dancer

நடனக் கலைஞர்

Na_ṭaṉak_ ***ka***_laiñar_

---

director

இயக்குனர்

i_yak_***ku***_ṉar_

---

documentary

ஆவணப்படம்

ā_vaṇa_***p***_paṭam_

---

drama

நாடகம்

nā_ṭakam_

---

drummer

முரசடிப்பவர்

Mu_racaṭi_***pp***_avar_

---

duet

இருவர் பாடுதற்குரிய இசைப்பாடல்

I_ruvar_ ***pā***_ṭutaṟkuriya_ ***i***_caip_***pā***_ṭal_

---

episode

அத்தியாயம்

A_tti_***yā***_yam_

---

event

நிகழ்வு

Ni_kaḻvu_

---

exhibit

காட்சி பொருள்

kā_ṭci_ ***po***_ruḷ_

---

exhibition

கண்காட்சி

ka_ṇ_***kā***_ṭci_

---

fair

விழாக்காட்சி

Vi_ḻāk_***kā***_ṭci_

---

fantasy

கற்பனை

***Ka**r̲pan̲ai*

---

feature / feature film

முழுநீளத் திரைப்படம்

***mul̲unīḷ**at **ti**rai**p**paṭam*

---

film

படம்

***pa**ṭam*

---

flick

சிட்டிகை நேரத்தில்

***ci**ṭṭ**ikai nē**rattil*

---

folk

நாட்டுப்புற

***nā**ṭṭup**pu**r̲a*

---

gallery

காட்சி கூடம்

***kā**ṭci **kū**ṭam*

---

genre

வகை

***va**kai*

---

gig

கிக்

***Ki**k*

---

group
குழு
***ku**ḻu*

---

guitar
நரம்புகலம்
***Na**rampu**ka**lam*

---

guitarist
நரம்புகலமர்
***Na**rampu**ka**lamar*

---

hip-hop
ஹிப் ஹாப்
***Hi**p **hā**p*

---

horror
பயங்கரம்
***pa**yaṅ**ka**ram*

---

inspirational
தூண்டுதலான
***Tū**ṇṭutal**ā**ṉa*

---

jingle
இசைக்குறிப்பு ஒலி
***I**cai**k**kuṟippu **o**li*

---

legend
ஜாம்பவான்
***jā**mpa**vā**ṉ*

---

lyrics
பாடல் வரிகள்
pāṭal varikaḷ

---

magician
வித்தைக்காரர்
vittaikkārar

---

microphone
ஒலிவாங்கி
olivāṅki

---

motion picture
நீளப்படம்
Nīḷappaṭam

---

movie director
திரைப்பட இயக்குனர்
Tiraippaṭa iyakkuṉar

---

movie script
திரைப்படத்தின் திரைக்கதை
tiraippaṭattiṉ tiraikkatai

---

museum
அருங்காட்சியம்
aruṅkāṭciyakam

---

music
இசை
icai

---

musical
இசைசார்
icaicār

---

musician
இசைக்கலைஞர்
icaikkalaiñar

---

mystery
மர்மம்
marmam

---

new age
புதிய காலம்
putiya Kālam

---

opera
ஓபரா
ōparā

---

opera house
ஓபார ஹவுஸ்
ōparā havus

---

orchestra
இசைக்குழு
Icaikkuḻu

---

painter
ஓவியர்
ōviyar

---

painting
ஓவியம்
ō_viyam_

---

parade
அணிவகுப்பு
a_ṇ_***iva***_kuppu_

---

performance
செயல்திறன்
ce_yal_***ti***_ṟaṉ_

---

pianist
பியானோ கலைஞர்
Pi_yā_***ṉō ka***_laiñar_

---

picture
படம்
pa_ṭam_

---

play
நாடகம்
nā_ṭakam_

---

playwright
நாடக ஆசிரியர்
nā_ṭaka_ ***ā***_ciriyar_

---

pop
பாப்
pā_p_

---

popcorn
பாப்கார்ன்
***pā**pkārṉ*

---

producer
தயாரிப்பாளர்
***ta**yārip**pā**ḷar*

---

rap
ராப் இசை
***rā**p **i**cai*

---

reggae
ரெக்கே
***re**kkē*

---

repertoire
கையிருப்புத்தொகுதி
***Kai**yirupput**to**kuti*

---

rock
ராக் இசை
***Rā**k **i**cai*

---

role
பாத்திரம்
***pā**ttiram*

---

romance
காதல்
***kā**tal*

---

scene
காட்சி
kāṭci

science fiction
அறிவியல் புனைக்கதை
Aṟiviyal puṉaikkatai

sculpter
சிற்பி
Ciṟpi

shot
படம் எடுத்தல்
Paṭam eṭuttal

show
நிகழ்ச்சி
Nikaḻcci

show business
நிகழ்ச்சி வணிகம்
Nikaḻcci vaṇikam

silent film
ஊமைப்படம்
Ūmaippaṭam

singer
பாடகர்
pāṭakar

sitcom
சூழ்நிலை நகைச்சுவை
***cū**ḻnilai **na**kaic**cu**vai*

---

soloist
தனியாளர்
***ta**ṉi**yā**ḷar*

---

song
பாடல்
***Pā**ṭal*

---

songwriter
பாடலாசிரியர்
***pā**ṭalāci**ri**yar*

---

stadium
அரங்கம்
***a**raṅ**ka**m*

---

stage
மேடை
***mē**ṭai*

---

stand-up comedy
பார்வையாளர்கள் முன் நகைச்சுவை நிகழ்ச்சி
***Pā**rvai**yā**ḷarkaḷ **mu**ṉ **na**kaiccuvai **ni**kaḻ**c**ci*

---

television
தொலைக்காட்சி
***to**laik**kā**ṭci*

TV show
தொலைக்காட்சி நிகழ்ச்சி
***to**laik**kā**ṭci **ni**kaḻcci*

---

theater
திரையரங்கம்
***Ti**raiyara**ṅ**kam*

---

understudy
கையிருப்பு நடிகர்
***Kai**yiruppu **na**ṭikar*

---

vocalist
வாய்பாட்டு கலைஞர்
***vā**yp**pā**ṭṭu **k**alai**ñ**ar*

---

violinist
வயலின் கலைஞர்
***va**yaliṉ **ka**lai**ñ**ar*

Related Verbs
தொடர்புடைய சொற்கள்
*To**ṭar**pu**ṭaiya** co**ṟkaḷ***

to act
நடிக்க
***Na**ṭi**k**ka*

---

to applaud
பாராட்ட
***pā**rāṭṭa*

---

to conduct

நடத்த

naṭatta

---

to dance

நடனமாட

naṭaṉamāṭa

---

to direct

இயக்க

Iyakka

---

to draw

வரைய

varaiya

---

to entertain

மகிழ்விக்க

Makiḻvikka

---

to exhibit

வெளிப்படுத்த

veḷippaṭutta

---

to host

நடத்த

naṭatta

---

to paint

வண்ணம் தீட்ட

vaṇṇam tīṭṭa

---

to perform

நிகழ்த்த

***ni**kal̲**t**ta*

---

to play

நாடகம் செய்ய

***Nā**ṭakam **ce**yya*

---

to sculpt

செதுக்க

***Ce**tu**k**ka*

---

to show

காண்பிக்க

***kā**ṇpi**k**ka*

---

to sing

பாட

***pā**ṭa*

---

to star

நட்சத்திரமாக

***Na**ṭcattira**mā**ka*

---

to watch

பார்க்க

***pā**r**k**ka*

---

10) Games and Sports
விளையாட்டுப் போட்டிகள்
Viḷaiyāṭṭup pōṭṭikaḷ

ace
சீட்டு
Cīṭṭu

---

amateur
பயில்முறைக் கலைஞர்
Payilmuṟaik kalaiñar

---

archery
வில்வித்தை
Vilvittai

---

arena
அரங்கு
Araṅku

---

arrow
அம்பு
Ampu

---

athlete
தடகள வீரர்
Taṭakaḷa vīrar

---

badminton

பூப்பந்து

pū_ppantu_

---

ball

பந்து

pa_ntu_

---

base

அடிநிலை

A_ṭi_***ni***_lai_

---

baseball

அடிபந்தாட்டம்

A_ṭipa_***n***_tāṭṭam_

---

basket

கூடை

Kū_ṭai_

---

basketball

கூடைப்பந்து

kū_ṭai_***p***_pantu_

---

bat

மட்டை

Ma_ṭṭai_

---

bicycle

மிதிவண்டி

mi_tivaṇṭi_

---

billiards
கோல்மேசை
***Kō**l**mē**cai*

---

bow
வில்லு
***Vi**llu*

---

bowling
பந்துவீச்சு
***Pa**ntu**vī**ccu*

---

boxing
குத்துச்சண்டை
***ku**ttuccaṇṭai*

---

captain
அணித்தலைவர்
***a**ṇi**tt**alaivar*

---

champion
வெற்றி வீரர்
***Ve**ṟṟi **vī**rar*

---

championship
வீர முதன்மை
*Vīra **mu**ta**ṉ**mai*

---

cleats
தாங்குறுப்புகள்
***Tā**ṅku**ṟ**u**pp**ukaḷ*

---

club

சங்கம்

Caṅkam

---

competition

போட்டி

pōṭṭi

---

course

செல்வழி

Celvaḻi

---

court

களம்

Kaḷam

---

cricket

கிரிக்கெட்

Kirikkeṭ

---

cup

கோப்பை

kōppai

---

curling

பனிக்கல் சறுக்காட்டம்

Paṉikkal caṟukkāṭṭam

---

cycling

சைக்கிள் ஓட்டுதல

Caikkiḷ ōṭṭutal

---

darts
ஈட்டிகள்
Īṭṭikaḷ

---

defense
பாதுகாப்பு
Pātukāppu

---

diving
பாய்தல்
pāytal

---

dodgeball
டாஜ்பால்
Ṭājpāl

---

driver
ஓட்டுநர்
Ōṭṭunar

---

equestrian
குதிரைச்சவாரி
kutiraiccavāri

---

event
நிகழ்வு
nikaḻvu

---

fan
ரசிகர்
racikar

---

fencing
கத்திச்சண்டை
***Ka**tticcaṇṭai*

---

field
களம்
***Ka**ḷam*

---

figure skating
பனி மீது ஜோடி சறுக்கு
***Pa**ṉi **Mī**tu **jō**ṭi **ca**ṟukku*

---

fishing
மீன் பிடித்தல்
***Mī**ṉ **pi**ṭittal*

---

football
கால்பந்து
***Kā**l**pa**ntu*

---

game
விளையாட்டு
***vi**ḷai**yā**ṭṭu*

---

gear
பற்சக்கரம் / துணைக்கருவி
***Pa**ṟca**k**karam / **Tu**ṇaik**ka**ruvi*

---

goal
இலக்கு
*ila**k**ku*

---

golf

குழிப்பந்தாட்டம்

***Ku**ḻippa**n**tāṭṭam*

---

golf club

குழிப்பந்தாட்ட சங்கம்

***Ku**ḻippa**n**tāṭṭa **Ca**ṅkam*

---

gym

உடற்பயிற்சியகம்

*Uṭaṟ**pa**yiṟciyakam*

---

gymnastics

சீருடற்பயிற்சி

***Cī**ruṭa**ṟ**payiṟci*

---

halftime

பகுதிநேரம்

***Pa**kuti**nē**ram*

---

helmet

தலைக்கவசம்

***ta**lai**k**kavacam*

---

hockey

ஹாக்கி

***hā**kki*

---

horse racing

குதிரைப்பந்தயம்

***Ku**tirai**p**pantayam*

---

hunting

வேட்டையாடுதல்

vēṭṭaiyāṭutal

---

ice skating

பனிச்சறுக்கு

Paṉiccaṟukku

---

inning

ஒரு கட்சியின் ஆட்டம்

Oru kaṭciyiṉ āṭṭam

---

jockey

பந்தயக் குதிரை ஓட்டுபவர்

Pantayak kutirai ōṭṭupavar

---

judo

ஜூடோ

Jūṭō

---

karate

கராத்தே

karāttē

---

kayaking

படகு சவாரி

paṭaku cavāri

---

kickball

கிக்பால்

kikpāl

---

lacrosse

வளைகோற்பந்தாட்ட வகை

Vaḷaikōṟpantāṭṭa vakai

---

league

கழகம்

Kaḻakam

---

martial arts

தற்காப்பு கலை

taṟkāppu kalai

---

mat

பாய்

pāy

---

match

போட்டி

Pōṭṭi

---

medal

பதக்கம்

patakkam

---

net

வலை

Valai

---

offense

குற்றம் / பண்படுநிலை

Kuṟṟam / Paṇpaṭunilai

Olympic Games
ஒலிம்பிக் விளையாட்டுகள்
olimpik viḷaiyāṭṭukaḷ

---

pentathlon
ஐவகைப் போட்டி
Aivakaip pōṭṭi

---

pitch
ஆடுகளம்
Āṭukaḷam

---

play
விளையாட்டு
Viḷaiyāṭṭu

---

player
விளையாட்டு வீரர்
Viḷaiyāṭṭu vīrar

---

polo
போலோ - குதிரையின் மீதிருந்து துடுப்பால் ஆடும் ஒரு பந்தாட்டம்
Pōlō - Kutiraiyiṉ mītiruntu tuṭuppāl āṭum oru pantāṭṭam

---

pool
கோல் மேசை
Kōl mēcai

---

pool cue
கோல் தடி
Kōl taṭi

---

professional
வல்லுநர்
vallunar

---

puck
தட்டைப்பந்து
Taṭṭaippantu

---

quarter
கால்
kāl

---

race
பந்தய ஓட்டம்
Pantaya ōṭṭam

---

race car
பந்தய தேர்
Pantaya Tēr

---

racket
பூப்பந்தாட்ட மட்டை
Pūppantāṭṭa maṭṭai

---

record
பதிவு
Pativu

---

referee
நடுவர்
na_ṭuvar_

---

relay
தொடர் ஓட்டம்
To_ṭar_ ***Ō***_ṭṭam_

---

riding
ஏறிச்சவாரி
ē_ṟic_***ca***_vāri_

---

ring
வளையம்
va_ḷaiyam_

---

rink
பனிச்சருக்காட்டத்தளம்
Pa_ṉiccaruk_***kā***_ṭṭa_***t***_taḷam_

---

rowing
படகோட்டுதல்
pa_ṭa_***kō***_ṭṭutal_

---

rugby
ரக்பி
ra_kpi_

---

running
ஓட்டப்போட்டி
Ō_ṭṭa_***pp***_ōṭṭi_

---

saddle
சேணம்
Cēṇam

---

sailing
படகோட்டம்
paṭakōṭṭam

---

score
மதிப்பெண்
matippeṇ

---

shuffleboard
காய்க்கட்ட ஆட்டம்
Kāykkaṭṭa āṭṭam.

---

shuttle cock
இறகு பந்து
Iṟaku pantu

---

skates
சக்கர சப்பாத்து
cakkara cappāttu

---

skating
ஸ்கேட்டிங்
skēṭṭiṅ

---

skiing
பனிச்சறுக்கு விளையாட்டு
paṉiccaṟukku viḷaiyāṭṭu

---

skis
பனிச்சறுக்கல்
Paṉic caṟukkal

---

soccer
கால்பந்து
kālpantu

---

softball
மென்பந்தாட்டம்
meṉpantāṭṭam

---

spectators
பார்வையாளர்கள்
pārvaiyāḷarkaḷ

---

sport
விளையாட்டு
Viḷaiyāṭṭu

---

sportsmanship
போட்டி நேர்மை மனப்பான்மை
Pōṭṭi nērmai maṉappāṉmai

---

squash
ஸ்குவாஷ் விளையாட்டு
Skuvāṣ viḷaiyāṭṭu

---

stadium
அரங்கம்
araṅkam

---

surf
அலை சறுக்கு
***A**lai **ca**ṟukku*

---

surfboard
சறுக்கு பலகை
***ca**ṟukku **Pa**lakai*

---

swimming
நீச்சல்
***nī**ccal*

---

table tennis / ping pong
மேசைப்பந்தாட்டம்
***M**ēcai**pp**an**tā**ṭṭam*

---

tag
டாக்
***Ṭ**āk*

---

team
அணி
***A**ṇi*

---

tennis
டென்னிஸ்
***ṭ**eṉṉis*

---

tetherball
தாம்புப்பந்து
***Tā**mpu**pp**antu*

---

throw
வீசுதல்
Vī_cutal_

---

track
தடம்
ta_ṭam_

---

track and field
தடகளம்
ta_ṭakaḷam_

---

volleyball
கைப்பந்து
kai_ppantu_

---

water skiing
நீர் சறுக்கு
nīr ca_ṟukku_

---

weight lifting
பளு தூக்குதல்
pa_ḷu_ ***tū***_kkutal_

---

whistle
விசில்
vi_cil_

---

win
வெற்றி
ve_ṟṟi_

---

windsurfing
பாய்மர மிதவைச் சறுக்கு
***Pāymara mi**tavaic **ca**ṟukku*

---

winner
வெற்றியாளர்
***ve**ṟṟi**yā**ḷar*

---

wrestling
மல்யுத்தம்
***malyu**ttam*

Related Verbs
தொடர்புடைய சொற்கள்
*To**ṭarpu**ṭaiya co**ṟkaḷ***

to catch
பிடிக்க
***Pi**ṭikka*

---

to cheat
ஏமாற்ற
***ē**māṟṟa*

---

to compete
போட்டியிட
***pō**ṭṭiyiṭa*

---

to dribble
உதைத்து செல்
U**taitu **Cel

---

to go

செல்ல

Cella

---

to hit

அடிக்க

aṭikka

---

to jump

குதிக்க

kutikka

---

to kick

உதைக்க

utaikka

---

to knock out

அடித்து விழ செய்ய

aṭitu viḷa ceyya

---

to lose

இழக்க

iḻakka

---

to play

விளையாட

viḷaiyāṭa

---

to race

ஓட்டமிட

Ōṭṭamiṭa

---

to run

ஓட

ōṭa

---

to score

வெற்றிமதிப்பு பெற

Vēṟṟimatippu peṟa

---

to win

வெற்றி பெற

veṟṟi peṟa

---

11) Food
உணவு
Uṇavu

apple
ஆப்பிள்
āppiḷ

---

bacon
பன்றி இறைச்சி
panṟi iṟaicci

---

bagel
வளைய ரொட்டி
Vaḷaiya Roṭṭi

---

banana
வாழைப்பழம்
Vāḻaippaḻam

---

beans
அவரை
avarai

---

beef
மாட்டிறைச்சி
māṭṭiṟaicci

---

bread
ரொட்டி
roṭṭi

---

broccoli
பச்சை பூக்கோசு
***Pa**ccai **pūkkō**cu*

---

brownie
பிரவுனி
***Pi**ravuṉi*

---

cake
இனியப்பம்
***I**ṉiya**p**pam*

---

candy
மிட்டாய்
***mi**ṭṭāy*

---

carrot
கேரட்
***kē**raṭ*

---

celery
சிவரிக்கீரை
***Ci**vari**k**kīrai*

---

cheese
பாலாடைக்கட்டி
***Pā**lāṭai**k**kaṭṭi*

---

cheesecake

பாலாடை இனிப்பு அப்பம்

Pālāṭai iṉippu appam

---

chicken

கோழி

kōḻi

---

chocolate

காவிக்கண்டு

Kāvikkaṇṭu

---

cinnamon

இலவங்கப்பட்டை

ilavaṅkappaṭṭai

---

cookie

பிஸ்கோத்து

Piskōttu

---

crackers

கிராக்கர்ஸ்

Kirākkars

---

dip

தோய்

Tōy

---

eggplant

கத்திரிக்காய்

Kattirikkāy

---

fig
அத்தி
a_tti_

---

fish
மீன்
mīṉ

---

fruit
பழம்
pa_ḻam_

---

garlic
பூண்டு
pū_ṇṭu_

---

ginger
இஞ்சி
i_ñci_

---

ham
பன்றி தொடைக்கறி
pa_ṉṟi_ ***to***_ṭai_***k***_kaṟi_

---

herbs
மூலிகைகள்
mū_likaikaḷ_

---

honey
தேன்
tēṉ

---

ice cream
பனிக்கூழ்
***Pa**ṉikk**ū**ḻ*

---

jelly / jam
திடக்கூழ் பழப்பாகு
***Ti**ṭakk**ū**ḻ / **pa**ḻ**app**āku*

---

ketchup
தக்காளிச் சுவைச்சாறு
***Ta**kkāḷic **cu**vai**cc**āṟu*

---

lemon
எலுமிச்சை
***E**lumiccai*

---

lettuce
இலைக்கோசு
***I**lai**k**kōcu*

---

mahi mahi
அயிலை மீன்
A**yilai **m**ī**ṉ

---

mango
மாம்பழம்
***Mā**mpaḻam*

---

mayonnaise
மயோனீஸ்
Ma**yō**ṉ**ī**s

---

meat
இறைச்சி
iṟaicci

---

melon
முலாம்பழம்
***mu**lā**m**paḻam*

---

milk
பால்
***pā**l*

---

mustard
கடுகு
***ka**ṭuku*

---

noodles
நூலடை
***Nū**laṭai*

---

nuts
பருப்புகள்
***Pa**ru**p**pukaḷ*

---

oats
காடைக்கண்ணி
***Kā**ṭai**k**kaṇṇi*

---

olive
இடலை
Iṭalai

---

orange

தோடம்பழம்

Tōṭampaḻam

---

pasta

மாச்சேவை

Māccēvai

---

pastry

இனிய மாவுப்பண்டம்

Iṉiya māvuppaṇṭam

---

pepper

மிளகு

miḷaku

---

pork

பன்றி இறைச்சி

paṉṟi iṟaicci

---

potato

உருளைக்கிழங்கு

uruḷaikkiḻaṅku

---

pumpkin

பூசணிக்காய்

pūcaṇikkāy

---

raisin

உலர்ந்த திராட்சை

ularnta tirāṭcai

---

sage
அழிஞ்சல்
Aḻiñcil

---

salad
பச்சைக் காற்கறிக்கலவை
Paccaik kāykarikkalavai

---

salmon
கலா மீன்
Kalā mīṉ

---

sandwich
சான்விச்
Cāṉvic

---

sausage
கொத்திறைச்சி
kottiṟaicci

---

soup
வடிசாறு
Vaṭicāṟu

---

squash
சீமைப்பூசனி
Cīmaippūcaṉi

---

steak
இறைச்சிக்கண்டம்
Iṟaiccikkaṇṭam

---

strawberry
ஸ்ட்ராபெரி
Sṭrāperi

---

sugar
சர்க்கரை
carkkarai

---

tea
தேநீர்
tēnīr

---

toast
வாட்டப்பட்ட ரொட்டி
Vāṭṭappaṭṭa roṭṭi

---

tomato
தக்காளி
takkāḷi

---

vinegar
பளிக்காடி
Paḷikkāṭi

---

vegetables
காய்கறிகள்
kāykaṟikaḷ

---

water
தண்ணீர்
taṇṇīr

---

wheat
கோதுமை
***kō**tumai*

---

yogurt
தயிர்
***Ta**yir*

Restaurants and Cafes
உணவகம் மற்றும் தேநீர்ச்சாலைகள்
*U**ṇavakaṅkaḷ** ma**ṟṟum** Tēnīrccā**laikaḷ***

---

a la carte
அ லா கார்டே
***A lā kā**rṭē*

---

a la mode
அ லா மோட்
***A** lā **Mō**ṭ*

---

appetizer
சிறு நடை
***Ci**ṟu **na**ṭai*

---

bar
மதுபானம் அருந்தகம்
***Ma**tupanam Arun**ta**kam*

---

beverage
பானம்
***Pā**ṉam*

---

bill
ரசீது / பணம்
Racītu / panam

---

bistro
பிஸ்ட்ரோ
Bistro

---

boiled bowl
வேகவைத்த கிண்ணம்
Vēkavaitta kiṇṇam

---

braised
தோய்த்த
Tōytta

---

breakfast
காலை உணவு
Kālai uṇavu

---

brunch
புருன்சிற்காக
Puruṉciṟkāka

---

cafe / cafeteria
தேநீர்ச்சாலை உணவு விடுதி
Tēnīrccālai / uṇavu viṭuti

---

cashier
காசாளர்
Kācāḷar

---

chair

நாற்காலி

nāṟkā_li_

---

charge

கட்டணம்

Ka_ṭṭaṇam_

---

check

சரிபார்க்க

ca_ri_***pā***_rkka_

---

chef

சமையல்காரர்

Ca_maiyal_***kā***_rar_

---

coffee

காப்பி

Kā_ppi_

---

coffee shop

காப்பி கடை

Kā_ppi_ ***ka***_ṭai_

---

condiments

சுவையூட்டும் பொருட்கள்

Cu_vai_***yū***_ṭṭum_ ***po***_ruḷkaḷ_

---

cook

சமையல்காரர்

Ca_maiyal_***kā***_rar_

---

courses

பாடக்கோப்பு

Pāṭakkōppu

---

credit card

கடன் அட்டை

Kaṭaṉ aṭṭai

---

cup

கோப்பை

kōppai

---

cutlery

வெட்டுக்கருவிகள்

veṭṭukkaruvikaḷ

---

deli / delicatessen

நற்சுவை உணவு

Naṟcuvai uṇavu

---

dessert

ஈற்றுணா

Īṟṟuṇā

---

dine

சாப்பிடு

Cāppiṭu

---

diner

உணவகம்

Uṇavakam

---

dinner

இரவு உணவு

Iravu uṇavu

---

dish

பண்டம் / தட்டு

paṇṭam / Taṭṭu

---

dishwasher

பாத்திரங்கழுவி

pāttiraṅkaḻuvi

---

doggie bag

சீன பாணி உணவுப் பை

Cīṉa pāṇi uṇavup pai

---

drink

பானம்

Pāṉam

---

entree

விருந்தின் முக்கிய உணவு

Viruntiṉ mukkiya uṇavu

---

food

உணவு

Uṇavu

---

fork

முட்கரண்டி

muṭkaraṇṭi

---

glass
கண்ணாடிக் குவளை
***Ka**ṇṇāṭik **ku**vaḷai*

---

gourmet
சுவையுணர்வாளர்
***Cu**vaiyuṇar**vā**ḷar*

---

hor d'oeuvre
பட்சணம்
***Pa**ṭcaṇam*

---

host / hostess
விருந்தோம்பி
***Vi**run**tō**mpi*

---

knife
கத்தி
***Ka**tti*

---

lunch
மதிய உணவு
***ma**tiya **u**ṇavu*

---

maitre d'
தலைமை மேசைப் பணியாள்
***Ta**laimai **Mē**caip **pa**ṇi**yā**ḷ*

---

manager
மேலாளர்
***mē**lāḷar*

---

menu
பட்டியல்
Paṭṭiyal

---

mug
குவளை
***ku**vaḷai*

---

napkin
துடைக்கும் கைத்துண்டு
***Tu**ṭaikkum **kai**ttuṇṭu*

---

order
ஒழுங்கு
***O**ḻuṅku*

---

party
விருந்து
***Vi**ru**n**tu*

---

plate
தட்டு
***Ta**ṭṭu*

---

platter
தாம்பாளம்
***Tā**m**pā**ḷam*

---

reservation
இட ஒதுக்கீடு
*iṭa **o**tuk**kī**ṭu*

---

restaurant
உணவகம்
*u**ṇ**ava**ka**m*

---

saucer
தட்டு
***Ta**ṭṭu*

---

server
உணவு பரிமாறுபவர்
*Uṇavu **pa**rimāṟu**pa**var*

---

side order
துணை உணவு
***Tu**ṇai **u**ṇavu*

---

silverware
வெள்ளிக்கோப்பைகள்
ve**ḷḷi**k**kōppaika**ḷ

---

special
சிறப்பு
***ci**ṟa**pp**u*

---

spoon
கரண்டி
***Ka**raṇṭi*

---

starters
ஆரம்ப உணவு
*Ārampa **u**ṇavu*

---

supper
இராவிருந்து
Irāviruntu

---

table
மேஜை
mējai

---

tax
வரி
vari

---

tip
கொசுறு
Kocuṟu

---

to go
செல்ல
cella

---

utensils
பாத்திரங்கள்
Pāttiraṅkaḷ

---

waiter / waitress
உணவு பரிமாறுபவர்
Uṇavu parimāṟupavar

Related Verbs
தொடர்புடைய சொற்கள்
Toṭarpuṭaiya coṟkaḷ

to bake
தீயில் வாட்ட
Tīyil vāṭṭu

---

to be hungry
பசியோடு இருக்க
Paciyōṭu irukka

---

to cook
சமைக்க
camaikka

---

to cut
வெட்ட
veṭṭa

---

to drink
குடிக்க
kuṭikka

---

to eat
சாப்பிட
cāppiṭa

---

to eat out
வெளியே சாப்பிட
veḷiyē cāppiṭa

---

to feed

உணவளிக்க

uṇavaḷikka

---

to grow

வளர

vaḷara

---

to have breakfast

காலை உணவு சாப்பிட

kālai uṇavu cāppiṭa

---

to have lunch

மதிய உணவு சாப்பிட

Matiya uṇavu cāppiṭa

---

to have dinner

இரவு உணவு சாப்பிட

iravu uṇavu cāppiṭa

---

to make

செய்ய

Ceyya

---

to order

உத்தரவிட

uttaraviṭa

---

to pay

பணம் செலுத்த

paṇam celutta

---

to prepare
தயார் செய்ய
tayār ceyya

---

to request
கோர
Kōra

---

to reserve
ஒதுக்கி வைக்க
Otukki vaikka

---

to serve
பரிமார
Parimāra

---

to set the table
மேசையை தயார் படுத்த
Mēcaiyai tayār paṭutta

---

to taste
சுவைக்க
Cuvaikka

---

12) Shopping
கடைவீதிப்பயணம்
Kaṭaivītippayaṇam

bags

பைகள்

***Pai**kaḷ*

---

bakery

அடுமனை

***A**ṭumaṉai*

---

barcode

பட்டைக் குறி

***Pa**ṭṭai**k ku**ṟi*

---

basket

கூடை

***Kū**ṭai*

---

bookstore

புத்தகக் கடை

***Pu**ttaka**k ka**ṭai*

---

boutique

கடை

***Ka**ṭai*

---

browse
துலாவுதல்
***Tu**lā**vu**tal*

---

buggy / shopping cart
கொள்வனவு கைவண்டி
***Kol**vanavu **kai**vaṇṭi*

---

butcher
கசாப்புக்காரன்
***Ka**cāppuk**kā**raṉ*

---

buy
வாங்கு
***Vā**ṅku*

---

cash
பணம்
***Pa**ṇam*

---

cashier
காசாளர்
***kā**cāḷar*

---

change
மாற்று
***Mā**ṟṟu*

---

changing room
மாற்றும் அறை
***mā**ṟṟum **a**ṟai*

---

cheap

மலிவான

Malivāṉa

---

check

சரிபார்க்க / காசோலை

Caripārkka / Kācōlai

---

clearance

தடையின்மை அனுமதி

taṭaiyiṉmai / Aṉumati

---

coin

நாணயம்

nāṇayam

---

convenience store

வீட்டுபயோகப்பொருள் கடை

vīṭṭupayōkapporuḷ kaṭai

---

counter

சேவை முகப்பு

Cēvai mukappu

---

credit card

கடன் அட்டை

kaṭaṉ aṭṭai

---

customers

வாடிக்கையாளர்கள்

Vāṭikkaiyāḷarkaḷ

---

debit card
பற்று அட்டை
***Pa**ṟṟu **a**ṭṭai*

---

delivery
ஒப்படைப்பு
***O**ppaṭai**p**pu*

---

department store
பல்பொருள் அங்காடி
***pa**l**po**ruḷ **a**ṅ**kā**ṭi*

---

discount
தள்ளுபடி
***ta**ḷḷu**pa**ṭi*

---

discount store
தள்ளுபடிக் கடை
***Ta**ḷḷupaṭi**k** **ka**ṭai*

---

drugstore / pharmacy
மருந்துக்கடை / மருந்தகம்
***ma**runtu**k**kaṭai / **ma**run**ta**kam*

---

electronic store
மின்னணுசார் கடை
***Mi**ṉṉaṇucār **ka**ṭai*

---

escalator
நகரும் படிக்கட்டு
***Na**karum **pa**ṭi**k**kaṭṭu*

---

expensive
விலையுயர்ந்த
***vi**laiyu**yarn**ta*

---

flea market
பழைய பொருள் சந்தை
***Pa**ḻaiya **Po**ruḷ **ca**ntai*

---

florist
பூ வியாபாரி
***Pū vi**yā**pā**ri*

---

grocery store
மளிகைக்கடை
***Ma**ḷikai**k**kaṭai*

---

hardware
வன்பொருள்
***Va**ṉ**po**ruḷ*

---

jeweler
நகை வணிகர்
***N**akai **va**ṇikar*

---

mall
கடைத் தொகுதி
***Ka**ṭai**t to**kuti*

---

market
சந்தை
***Ca**ntai*

---

meat department

இறைச்சித் துறை

Iṟaiccit tuṟai

---

music store

இசைக்கடை

Icaikkaṭai

---

offer

சலுகை

Calukai

---

pet store

செல்ல பிராணிகளுக்கான கடை

cella pirāṇikaḷukkāṉa kaṭai

---

purchase

கொள்முதல்

koḷmutal

---

purse

பணப்பை

paṇappai

---

rack

இருப்படுக்கு

Iruppaṭukku

---

receipt

பற்றுச்சீட்டு

Paṟṟuccīṭṭu

---

return

திரும்பு / திருப்பு / லாபம்

**Ti**rumpu / **Ti**ru**pp**u / **Lā**pam

---

sale

விற்பனை

**vi**ṟpaṉai

---

sales person

விற்பனையாளர்

**vi**ṟpaṉai**ya**lar

---

scale

அளவுகோல்

**a**ḷavu**kōl**

---

size

உருவளவு

**U**ru**va**ḷavu

---

shelf / shelves

அலமாரிகள்

**A**la**mā**rikaḷ

---

shoe store

காலணி கடை

**Kā**laṇi **ka**ṭai

---

shop

கடை

**Ka**ṭai

---

shopping center
வணிக மையம்
Vaṇika maiyam

---

store
சேமிப்பிடம்
Cēmippiṭam

---

supermarket
சிறப்பு அங்காடி
Ciṟappu aṅkāṭi

---

tailor
தையல்காரர்
Taiyalkārar

---

till
வரை
varai

---

toy store
பொம்மை கடை
pom'mai kaṭai

---

wallet
பணப்பை
paṇappai

---

wholesale
மொத்த விற்பனை
motta viṟpaṉai

Related Verbs
தொடர்புடைய சொற்கள்
Toṭarpuṭaiya coṟkaḷ

to buy
வாங்க
***vā**ṅka*

---

to charge
கட்டணமிட
***Ka**ṭṭaṇa**mi**ta*

---

to choose
தேர்வு செய்ய
***tē**rvu **ce**yya*

---

to exchange
பரிமாற்றம் செய்ய
***Pa**ri**mā**ṟṟam **ce**yya*

---

to go shopping
பொருட்கள் வாங்க செல்ல
***Po**ruṭkaḷ **vā**ṅka **ce**lla*

---

to owe
கடமைப்பட
***ka**ṭamai**pp**aṭa*

---

to pay
செலுத்த
***ce**lu**tt**a*

---

to prefer
விரும்ப
***Vi**rumpa*

---

to return
திருப்பி அனுப்ப
***Ti**ru**pp**i **a**ṉu**pp**a*

---

to save
சேமிக்க
***cē**mi**k**ka*

---

to sell
விற்க
***vi**ṟka*

---

to shop
பொருட்கள் வாங்க
***Po**ruṭkaḷ **vā**ṅka*

---

to spend
செலவழிக்க
***ce**lavaḻi**k**ka*

---

to try on
முயற்சி செய்ய
***mu**yaṟci **ce**yya*

---

to want
வேண்டும் என்று
***vē**ṇṭum **e**ṉṟu*

---

13) At the Bank
வங்கியில்
Vaṅkiyil

account
கணக்கு
kaṇakku

APR / Annual Percentage Rate
ஆண்டு சதவீதம் விகிதம்
āṇṭu catavītam vīkitam

ATM / Automatic Teller Machine
தானியங்கி பணவழங்கி இயந்திரம்
tāṉiyaṅki Paṇavaḻaṅki iyantiram

---

balance
இருப்பு
Iruppu

---

bank
வங்கி
Vaṅki

---

bank charges
வங்கிக் கட்டணங்கள்
vaṅkik kaṭṭaṇaṅkaḷ

---

bank draft
வங்கி வரைவோலை
***Va**ṅki **va**rai**vō**lai*

---

bank rate
வங்கி விகிதம்
***Va**ṅki **vi**kitam*

---

bank statement
வங்கி இருப்புநிலை அறிக்கை
Va**ṅki **i**ruppu**ni**lai **A**ṟik**kai

---

borrower
கடன் வாங்குபவர்
***Ka**ṭaṉ **vā**ṅku**pa**var*

---

bounced check
மறுதலிக்கப்பட்ட காசோலை
***Ma**ṟutali**k**kappaṭṭa **kā**cōlai*

---

cardholder
அட்டையின் உடைமையாளர்
***A**ṭṭai**yi**ṉ **u**ṭaimai**yā**ḷar*

---

cash
பணம்
***Pa**ṇam*

---

cashback
பணம் திரும்பி பெறுதல்
***Pa**ṇam **ti**rumpi **pe**ṟutal*

---

check
காசோலை
***kā**cōlai*

---

checkbook
காசோலைப் புத்தகம்
***Kā**cōlai**p pu**ttakam*

---

checking account
சோதனைக் கணக்கு
***Cō**taṉai**k ka**ṇa**k**ku*

---

collateral
ஈடு
***Ī**ṭu*

---

commission
தரகு
***Ta**raku*

---

credit
கடன்
***Ka**ṭaṉ*

---

credit card
கடன் அட்டை
***ka**ṭaṉ **a**ṭṭai*

---

credit limit
கடன் வரம்பு
***ka**ṭaṉ **va**rampu*

---

credit rating

நன் மதிப்பீடு

Naṉmatippīṭu

---

currency

நாணயம்

Nāṇayam

---

debt

கடன்

kaṭaṉ

---

debit

பற்று

paṟṟu

---

debit card

பற்று அட்டை

paṟṟu aṭṭai

---

deposit

வைப்பு

vaippu

---

direct debit

நேரடி பற்று

nēraṭi paṟṟu

---

direct deposit

நேரடி வைப்பு

nēraṭi vaippu

---

expense
செலவு
***Ce**lavu*

---

fees
கட்டணம்
***Ka**ṭṭaṇam*

---

foreign exchange rate
அந்நிய நாணய மாற்று விகிதம்
*Anniya **nā**ṇaya **mā**ṟṟu **vi**kitam*

---

insurance
காப்பீடு
***kā**pp**ī**ṭu*

---

interest
வட்டி
***va**ṭṭi*

Internet banking
இணைய வங்கி
*iṇaiya **va**ṅki*

---

loan
கடன்
***ka**ṭaṉ*

---

money
பணம்
***pa**ṇam*

---

money market

பண சந்தை

*pa**ṇ**a **ca**ntai*

---

mortgage

அடமானம்

***A**ṭa**mā**ṉam*

NSF / Insufficient Funds

நிதி பற்றாக்குறை

***ni**ti **paṟṟā**kkuṟai*

---

online banking

இணையத்தள வங்கி

***i**ṇaiya**tt**aḷa **va**ṅki*

---

overdraft

மிகைப்பற்று

***mi**kai**p**paṟṟu*

---

payee

பணம் பெறுபவர்

***pa**ṇam **pe**ṟupavar*

---

pin number

ரகசிய இலக்கம்

***Ra**kaciya **i**la**k**kam*

---

register

பதிவு

***Pa**tivu*

---

savings account

சேமிப்புக் கணக்கு

cēmippuk kaṇakku

---

statement

அறிக்கை

aṟikkai

---

tax

வரி

vari

---

telebanking

தொலைத் தொடர்பு வங்கி

tolait toṭarpu vaṅki

---

teller

பணவழங்கி

paṇavaḻaṅki

---

transaction

பரிவர்த்தனை

parivarttaṉai

---

traveler's check

பிரயாணிகள் காசோலை

prayaṇikaḷ kācōlai

---

vault

காப்பறை

kāppaṟai

---

withdraw
திரும்பப்பெறுதல்
***Ti**rumpa**pp**pe*r*utal*

Related Verbs
தொடர்புடைய சொற்கள்
*To**ṭarpu**ṭ**aiya** co**ṟkaḷ***

to borrow
கடன் வாங்க
***Ka**ṭaṉ **vā**ṅka*

---

to cash
பணமாக்க
***Pa**ṇa**mā**kka*

---

to charge
கட்டணமிட
***Ka**ṭṭaṇa**mi**ta*

---

to deposit
முன்பணம் செலுத்த
***mu**ṉ**pa**ṇam **ce**lu**t**ta*

---

to endorse
ஒப்புதல் கொடுக்க
***o**pputal **ko**ṭukka*

---

to enter
நுழைய
***nu**ḻaiya*

---

to hold
வைத்திருக்க
***vai**ttiru**k**ka*

---

to insure
காப்பீடு செய்ய
***kāppī**ṭu **ce**yya*

---

to lend
கடன் கொடுக்க
***ka**ṭa**ṉ** **ko**ṭu**k**ka*

---

to open an account
கணக்கு திறக்க
***Ka**ṇakku **ti**ṟa**k**ka*

---

to pay
பணம் செலுத்த
***pa**ṇam **ce**lu**t**ta*

---

to save
சேமிக்க
***Cē**mi**k**ka*

---

to spend
செலவழிக்க
***ce**lavaḻi**k**ka*

---

to transfer money
பண பரிமாற்றம் செய்ய
***pa**ṇa **pari**mā**ṟ**ṟam **Ce**yya*

---

to withdraw
திரும்பப்பெற
***ti**rumpa**p** pe̱ra*

---

14) Holidays
விடுமுறைகள்
Viṭumuṟaikaḷ

balloons
பலூன்கள்
palūṉkaḷ

---

calendar
நாட்காட்டி
nāṭkāṭṭi

---

celebrate
கொண்டாட
koṇṭāṭa

---

celebration
கொண்டாட்டம்
koṇṭāṭṭam

---

commemorating
நினைவு கூருதல்
niṉaivu kūrutal

---

decorations
அலங்காரங்கள்
alaṅkāraṅkaḷ

---

family

குடும்பம்

ku_ṭu_***m***_pam_

---

feast

விருந்து

vi_ru_***n***_tu_

---

federal

கூட்டாட்சி

Kūṭṭā_ṭci_

---

festivities

விழாக்கள்

Vi_ḻā_***kk***_aḷ_

---

fireworks

பட்டாசுகள்

Paṭṭā_cukaḷ_

---

first

முதல்

mu_tal_

---

friends

நண்பர்கள்

na_ṇpa_***r***_kaḷ_

---

games

விளையாட்டுகள்

vi_ḷai_***yā***_ṭṭukaḷ_

---

gifts
பரிசுகள்
***paricu**kaḷ*

---

heros
வீரர்கள்
***Vīrar**kaḷ*

---

holiday
விடுமுறை
***Viṭumu**ṟai*

---

honor
கௌரவம்
***Kau**ravam*

---

national
தேசிய
***tē**ciya*

---

parade
அணிவகுப்பு
***aṇiva**kuppu*

---

party
விருந்தினர் கூட்டம்
***Viruntiṉ**ar **kū**ṭṭam*

---

picnics
சுற்றுலாக்கள்
***cuṟṟulā**kkaḷ*

---

remember
நினைவு கொள்
***Ni**ṉaivu **ko**ḷ*

---

resolution
தீர்மானம்
***tīrmā**ṉam*

---

traditions
மரபுகள்
***ma**rapukaḷ*

American Holidays in calendar order:
அமெரிக்க விடுமுறை நாட்காட்டி வரிசையில்
***a**meri**kk**a **vi**ṭumuṟai **Nāṭkā**ṭṭi **va**ricaiyil*

New Year's Day
புத்தாண்டு தினம்
***Puttā**ṇṭu **ti**ṉam*

Martin Luther King Jr. Day
மார்ட்டின் லூதர் கிங் ஜூனியர் நாள்
***Mā**rṭṭiṉ **lū**tar **ki**ṅ **jū**ṉiyar **nā**ḷ*

Groundhog Day
கிரௌண்ட் ஹாக் டே
Ki**rauṇṭ **hā**k **ṭē

Valentine's Day
காதலர் தினம்
***kā**talar **ti**ṉam*

St. Patrick's Day
புனித பாட்ரிக் தினம்
__Pu__ṉita __pā__ṭrik __ti__ṉam

Easter
ஈஸ்டர்
īsṭar

April Fool's Day
முட்டாள்கள் தினம்
__muṭṭāḷ__kaḷ __ti__ṉam

Earth Day
பூமி தினம்
__pū__mi __ti__ṉam

Mother's Day
அன்னையர் தினம்
__a__ṉṉaiyar __ti__ṉam

Memorial Day
நினைவு நாள்
__ni__ṉaivu __nāḷ__

Father's Day
தந்தையர் தினம்
__ta__ntai__yar__ __ti__ṉam

Flag Day
கொடி நாள்
__ko__ṭi __nāḷ__

Independence Day / July 4th

சுதந்திர தினம் / ஜூலை 4

cutantira tiṉam / jūlai 4

Labor Day

தொழிலாளர் தினம்

toḻilāḷar tiṉam

Columbus Day

கொலம்பஸ் தினம்

kolampas tiṉam

Halloween

ஹாலோவீன்

hālōvīṉ

Veteran's Day

முன்னாள் படைவீரர் தினம்

Muṉṉāḷ Paṭaivīrar tiṉam

Election Day

தேர்தல் நாள்

tērtal nāḷ

Thanksgiving Day
Christmas

கிறிஸ்துமஸ்

kiṟistumas

Hanukkah
ஹனுக்கா
Hanukkā

New Year's Eve
புத்தாண்டுக்கு முந்திய நாள்
Puttāṇṭukku muntiya nāḷ

Related Verbs
தொடர்புடைய சொற்கள்
Toṭarpuṭaiya coṟkaḷ

to celebrate
கொண்டாட
Koṇṭāṭa

---

to cherish
நெஞ்சார
neñcāra

---

to commemorate
நினைவாக
niṉaivāka

---

to cook
சமைக்க
Camaikka

---

to give
கொடுக்க
koṭukka

---

to go to

செல்ல

cella

---

to honor

கௌரவிக்க

Kauravika

---

to observe

கண்காணிக்க

Kaṇkāṇikka

---

to party

விருந்துக்குச் செல்ல

Viruntukkuc cella

---

to play

விளையாட

viḷaiyāṭa

---

to recognize

அடையாளம் காண

aṭaiyāḷam kāṇa

---

to remember

நினைவில் கொள்ள

niṉaivil koḷḷa

---

to visit

விஜயம் செய்ய

vijayam ceyya

---

15) Traveling
பயணம்
Payaṇam

airport
விமான நிலையம்
***vi**māṉa **ni**laiyam*

---

backpack
முதுகுப்பை
***Mu**tuku**p**pai*

---

baggage
மூட்டைகள்
***Mū**ṭṭai**ka**ḷ*

---

boarding pass
அனுமதிச்சீட்டு
*Aṉumatic**cī**ṭṭu*

---

business class
வணிக வர்க்கம்
***Va**ṇika **var**k**kam*

---

bus station
பேருந்து நிலையம்
***pē**runtu **ni**laiyam*

---

carry-on
தொடர்ந்து செய்
To**ṭarntu **cey

---

check-in
அறை ஏற்பு
***A**ṟai **ē**ṟpu*

---

coach
ஆடம்பரவண்டி / ரயில்பெட்டி
***Ā**ṭam**pa**rav**a**ṇṭi / **Ra**yil**pe**ṭṭi*

---

cruise
சொகுசுக் கப்பல்
***Co**kucu**k ka**ppal*

---

depart / departure
புறப்படு / புறப்பாடு
***pu**ṟap**pa**ṭu / **pu**ṟap**pā**ṭu*

---

destination
இலக்கு
***i**la**k**ku*

---

excursion
சுற்றுலா
cu**ṟṟu**lā

---

explore
ஆராய்தல்
***Ā**rā**y**tal*

---

first class

முதல் வகுப்பு

***Mu**tal **va**kuppu*

---

flight

விமானம்

***vi**māṉam*

---

flight attendant

விமானப் பணியாளர்

***Vi**māṉa**p pa**ṇi**yā**ḷar*

---

fly

பறத்தல்

***Pa**ṟattal*

---

guide

வழிகாட்டி

***Va**ḻi**kā**ṭṭi*

---

highway

நெடுஞ்சாலை

***ne**ṭuñ**cā**lai*

---

hotel

சாப்பாட்டு விடுதி

***Cāppā**ṭṭu **vi**ṭuti*

---

inn

பயணியர் விடுதி

***pa**yaṇiya**r vi**ṭuti*

---

journey
பயணம்
__pa__yaṇam

---

land
நிலம்
__ni__lam

---

landing
தரையிறக்கம்
__ta__raiyiṟa__k__kam

---

lift-off
தூக்கி
__Tū__kki

---

luggage
பயணமூட்டை
__Pa__yaṇa__mū__ṭṭai

---

map
வரைபடம்
__va__rai__pa__ṭam

---

move
நகர்வு
__na__ka__r__vu

---

motel
உந்துவிடுதி
Untu__vi__ṭuti

---

passenger
பயணி
***Pa**yaṇi*

---

passport
கடவுச்சீட்டு
***ka**ṭavuc**cī**ṭṭu*

---

pilot
விமானி
***vi**māṉi*

---

port
துறைமுகம்
***tu**ṟai**mu**kam*

---

postcard
அஞ்சலட்டை
***a**ñcala**ṭ**ṭai*

---

rail
இரயில்
***i**rayil*

---

railway
இரயில்வே
i**rayil**vē

---

red-eye
சிவப்பு கண்
***Ci**vappu **ka**ṇ*

---

reservations
இட ஒதுக்கீடுகள்
Iṭa otukkīṭukaḷ

---

resort
உல்லாசப்போக்கிடம்
Ullaca pōkkiṭam

---

return
திரும்பி வருதல்
tirumpi varutal

---

road
சாலை
cālai

---

roam
சுற்றித்திரிதல்
Cuṟṟittirital

---

room
அறை
Aṟai

---

route
பாதை
pātai

---

safari
வனப்பயணம்
Vaṉap payaṇam

---

sail

கப்பலை இயக்கு

Kappalai iyakku

---

seat

இருக்கை

irukkai

---

sightseeing

சுற்றிவேடிக்கை பார்த்தல்

Cuṟṟivēṭikkai pārttal

---

souvenir

நினைவுப் பொருள்

Niṉaivup poruḷ

---

step

படி

Paṭi

---

suitcase

கைப்பெட்டி

Kaippeṭṭi

---

take off

புறப்படு

Puṟappaṭu

---

tour

சுற்றுப்பயணம்

Cuṟṟuppayaṇam

---

tourism
சுற்றுலா
cuṟṟulā

---

tourist
சுற்றுலாப் பயணி
cuṟṟulāp payaṇi

---

traffic
போக்கு வரத்து
Pōkku varattu

---

trek
மலையேற்றம்
malaiyēṟṟam

---

travel
பயணம்
Payaṇam

---

travel agent
பயண முகவர்
payaṇa mukavar

---

trip
சிறு பயணம்
Ciṟupayaṇam

---

vacation
விடுமுறை
viṭumuṟai

---

voyage
பிரயாணம்
piraya̅ṇam

Modes of Transportation
போக்குவரத்து முறைகள்
Pōkkuvarattu muṟaika

airplane / plane
விமானம்
vimāṉam

---

automobile
மோட்டார் வாகனம்
Mōṭṭār vākaṉam

---

balloon
பலூன்
palūṉ

---

bicycle
மிதிவண்டி
mitivaṇṭi

---

boat
படகு
paṭaku

---

bus
பேருந்து
pēruntu

---

canoe

இலேசான படகு

ilēcāṉa paṭaku

---

car

கார்

kār

---

ferry

துறைத்தோணி

Tuṟaittōṇi

---

motorcycle

மோட்டார் சைக்கிள்

mōṭṭār caikkiḷ

---

motor home

மோட்டார் வீடு

mōṭṭār vīṭu

---

ship

கப்பல்

kappal

---

subway

சுரங்கப்பாதை

curaṅkappātai

---

taxi

வாடகை மோட்டார் வண்டி

Vāṭakai mōṭṭār vaṇṭi

---

train
இரயில்
***i**rayil*

---

van
வேன்
vēṉ

Hotels
விடுதிகள்
*Vi**ṭutikaḷ***

accessible
அணுகக்கூடிய
***a**ṇukak**kū**ṭiya*

---

airport shuttle
விமான விண்கலம்
***vi**māṉa **vi**ṇkalam*

---

all-inclusive
அனைத்தும் உள்ளடக்கிய
***a**ṉai**t**tum **u**ḷḷaṭa**k**kiya*

---

amenities
வசதிகள்
***Va**catikaḷ*

---

balcony
மாடி முகப்பு
***Mā**ṭi **mu**kappu*

---

bathroom
குளியலறை
__ku__ḷiya__la__ṟai

---

beach
கடற்கரை
__ka__ṭa__ṟ__karai

---

beds
படுக்கைகள்
__pa__ṭuk__kai__kaḷ

---

bed and breakfast
படுக்கை மற்றும் காலை உணவு
__pa__ṭukkai maṟṟum __kāl__ai __u__ṇavu

---

bellboy / bellhop
விடுதிப் பணியாள்
__vi__ṭuti__p__ __pa__ṇi__yā__ḷ

---

bill
விலைப்பட்டியல்
__Vi__lai__pp__aṭṭiyal

---

breakfast
காலை உணவு
__kā__lai __u__ṇavu

---

business center
வணிக மையம்
__va__ṇika __ma__iyam

---

cable / satellite tv
கேபிள் செயற்கைக்கோள் டிவி
***kē**piḷ / **ce**yaṟkai**k**kōḷ **ṭ**ivi*

---

charges (in-room)
கட்டணங்கள் (அறையினுள்)
***ka**ṭṭaṇa**ṅ**kaḷ (**A**ṟai**yi**ṉuḷ)*

---

check-in
அறை ஏற்பு
***A**ṟai **ē**ṟpu*

---

check-out
வெளியேறுதல்
***Ve**ḷi**yē**ṟutal*

---

concierge
விடுதி உதவியாளர்
***vi**ṭuti **U**tavi**yā**ḷar*

Continental breakfast
மேல்நாட்டு காலை உணவு
***Mē**l**nā**ṭṭu **kā**lai **u**ṇavu*

---

corridors (interior)
தாழ்வாரங்கள் (உட்புறம்)
***Tā**ḻ**vā**raṅkaḷ (**U**ṭpuṟam)*

---

doorman
காவலாளி
***Kā**va**lā**ḷi*

---

double bed

இரட்டைப் படுக்கை

iraṭṭaip paṭukkai

---

double room

இரட்டை அறை

iraṭṭai aṟai

---

elevator

மின் உயர்த்தி

Miṉ uyartti

---

exercise / fitness room

உடற்பயிற்சி அறை

uṭaṟpayiṟci aṟai

---

extra bed

கூடுதல் படுக்கை

kūṭutal paṭukkai

---

floor

தரை

tarai

---

front desk

முன் அலுவல்

Muṉ aluval

---

full breakfast

முழு காலை உணவு

Muḻu kālai uṇavu

---

gift shop
பரிசுக் கடை
Paricuk kaṭai

---

guest
விருந்தினர்
viruntiṉar

---

guest laundry
விருந்தினர் சலவை
viruntiṉar calavai

---

hair dryer
முடி உலர்த்தி
muṭi ulartti

---

high-rise
உயர்கட்டிடம்
Uyarkaṭṭiṭam

---

hotel
விடுதி
Viṭuti

---

housekeeping
இல்லம் பேணுதல்
Illam pēṇutal

---

information desk
தகவல் மையம்
takaval maiyam

---

inn
பயணியர் விடுதி
***pa**yaṇiyar **vi**ṭuti*

---

in-room
அறையினுள்
***A**r̲ai**yi**n̲uḷ*

---

internet
இணையம்
***I**ṇaiyam*

---

iron / ironing board
இஸ்திரி பலகை
***isti**ri **pa**lakai*

---

key
சாவி
***Cā**vi*

---

king bed
ராஜ படுக்கை
***Rā**ja **pa**ṭu**k**kai*

---

lobby
முகப்பு அறை
***Mu**ka**pp**u **a**r̲ai*

---

local calls
உள்ளூர் அழைப்புகள்
***u**ḷ**ḷū**r **a**l̲ai**pp**ukaḷ*

---

lounge
ஓய்விடம்
Ōyviṭam

---

luggage
பயணப்பெட்டி
Payaṇappeṭṭi

---

luxury
சொகுசு
Cokucu

---

maid
வேலையாள்
vēlaiyāḷ

---

manager
மேலாளர்
mēlāḷar

---

massage
தேகத்தைப் பிடித்து விடல்
Tēkattaip piṭittu viṭutal

---

meeting room
சந்திப்பு அறை
Cantippu aṟai

---

microwave
நுண்ணலை
Nuṇṇalai

---

mini-bar
சிறு பார்
***Ci**ṟu **pā**r*

---

motel
உந்துவிடுதி
***U**ntu**vi**ṭuti*

---

newspaper
செய்தித்தாள்
***Ce**yti**tt**āḷ*

---

newsstand
செய்தி நிலைப்பாடு
***Ce**yti **ni**lai**pp**āṭu*

---

non-smoking
புகைபிடிக்க அனுமதி இல்லை
***Pu**kai piṭi**kk**a **a**ṉumati **i**llai*

---

pets / no pets
செல்லப்பிராணி / செல்லப்பிராணிகளுக்கு அனுமதி இல்லை
***Ce**lla**pp**irāṇi / **Ce**lla**pp**irāṇi kaḷu**kk**u **a**ṉumati **i**llai*

---

pool - indoor / outdoor
குளம் - உள்ளரங்க / வெளிப்புற
***ku**ḷam - **u**ḷḷaraṅka / **ve**ḷippuṟa*

---

porter
சுமை கூலியாள்
Cumai kūliyāḷ

---

queen bed
ராணி படுக்கை
rāṇi paṭukkai

---

parking
வாகன நிறுத்தம்
vākaṉa niṟuttam

---

receipt
பற்றுச்சீட்டு
paṟṟuccīṭṭu

---

reception desk
வரவேற்பு மேசை
Varavēṟpu mēcai

---

refrigerator (in-room)
குளிர்சாதனப் பெட்டி (அறையினுள்)
kuḷircātaṉap peṭṭi (Aṟaiyiṉuḷ)

---

reservation
இட ஒதுக்கீடு
Iṭa otukkīṭu

---

restaurant
உணவகம்
uṇavakam

---

room
அறை
ar̲ai

---

room number
அறை எண்
Ar̲ai eṇ

---

room service
அறைச் சேவை
Ar̲aic cēvai

---

safe (in-room)
பெட்டகம் (அறையினுள்)
Peṭṭakam (Ar̲aiyin̲uḷ)

---

service charge
சேவைக் கட்டணம்
cēvaik kaṭṭaṇam

---

shower
பீச்சுக்குழாய்
Pīccukkuḻāy

---

single room
தனி அறை
tan̲i ar̲ai

---

suite
அறைத்தொகுதி
Ar̲aittokuti

---

tax
வரி
vari

---

tip
கொசுறு / வெகுமதி
Kocuṟu / Vekumati

---

twin bed
இரட்டை படுக்கை
Iraṭṭai paṭukkai

---

vacancy / no vacancy
காலியிடம் / காலியிடம் இல்லை
Kāliyiṭam / Kāliyiṭam illai

---

wake-up call
விழித்துக்கொள்ள அழைப்பு
Viḻittukkoḷḷa aḻaippu

---

whirlpool / hot tub
நீர்ச்சுழல் / வெப்ப தொட்டி
Nīrccuḻal / veppa toṭṭi

---

wireless high-speed internet
கம்பியில்லா அதிவேக இணையம்
kampiyillā Ativēka iṇaiyam

Related Verbs
தொடர்புடைய சொற்கள்
Toṭarpuṭaiya coṟkaḷ

to arrive
வருகை தர
*Varu**kai ta**ra*

---

to ask
கேட்க
***kē**ṭka*

---

to buy
வாங்க
***vā**ṅka*

---

to catch a flight
விமானம் பிடிக்க
***vi**māṉam **pi**ṭikka*

---

to change
மாற்ற
***Mā**ṟṟa*

---

to drive
ஓட்ட
***Ō**ṭṭa*

---

to find
கண்டுபிடிக்க
***ka**ṇṭupi**ṭi**kka*

---

to fly

பறக்க

paṟakka

---

to land

தரையிறங்க

taraiyiṟaṅka

---

to make a reservation

இட ஒதுக்கீடு செய்ய

iṭa otukkīṭu ceyya

---

to pack

எடுத்துவைக்க

eṭuttuvaikka

---

to pay

பணம் செலுத்த

paṇam celutta

---

to recommend

பரிந்துரைக்க

parinturaikka

---

to rent

வாடகைக்கு எடுக்க

vāṭakaikku eṭukka

---

to see

பார்க்க

pārkka

---

to stay

தங்க

ta*ṅka*

---

to take off

எடுக்க

e*ṭu****k****ka*

---

to travel

பயணிக்க

pa*yaṇi****k****ka*

---

to swim

நீந்த

nī*nta*

---

16) School
பாடசாலை
*Pāṭacā**lai***

arithmetic
கணிப்பியல்
***Ka**ṇi**pp**iyal*

---

assignment
வகுப்பீடு
***Va**kup**pī**ṭu*

---

atlas
நிலப்பட ஏடு
***Ni**la**pp**aṭa **ē**ṭu*

---

backpack
முதுகுப்பை
***Mu**tu**kup** pai*

---

binder
சேர்ப்பான்
***Cē**r**pp**āṉ*

---

blackboard
கரும் பலகை
***Ka**rum **pa**lakai*

---

book

புத்தகம்

Puttakam

---

bookbag

புத்தகப்பை

Puttakap pai

---

bookcase

புத்தகப்பெட்டி

Puttakappeṭṭi

---

bookmark

புத்தகக்குறி

Puttakakkuṟi

---

calculator

கணிப்பான்

kaṇippāṉ

---

calendar

நாட்காட்டி

Nāṭkāṭṭi

---

chalk

சுண்ண எழுதுகோல்

Cuṇṇa eḻutukōl

---

chalkboard

சுண்ணப்பலகை

Cuṇṇappalakai

---

chart
விளக்கப்படம்
Viḷakkappaṭam

class clown
வகுப்புக் கோமாளி
Vakuppuk kōmāḷi

classmate
வகுப்புத் தோழர்
Vakupput tōḻar

classroom
வகுப்பறை
Vakuppaṟai

clipboard
பிடிப்பப் பலகை
Piṭippup palakai

coach
பயிற்சியாளர்
Payiṟciyāḷar

colored pencils
வண்ண கரிக்கோல்
Vaṇṇa karikkōl

compass
திசை காட்டும் கருவி
Ticai kāṭṭum karuvi

composition book
தொகுப்புப் புத்தகம்
Tokuppup puttakam

---

computer
கணினி
Kaṇiṉi

---

construction paper
அடுக்கமைவு தாள்
Aṭukkamaivu Tāḷ

---

crayons
வண்ணக்கட்டிகள்
Vaṇṇakkaṭṭikaḷ

---

desk
மேசை
Mēcai

---

dictionary
அகராதி
akarāti

---

diploma
பட்டயம்
Paṭṭayam

---

dividers
பிரிகருவி
Pirikaruvi

---

dormitory
விடுதி
***Vi**ṭuti*

---

dry-erase board
உலர்-அழிக்கும் பலகை
*Ular - **a**ḻ**ik**kum **pal**a**kai***

---

easel
ஓவியர் பயன்படுத்தும் நிலைச்சட்டம்
*Ōviyar **pa**ya**ṉpa**ṭu**t**tum **ni**laicca**ṭ**ṭam*

---

encyclopedia
கலைக்களஞ்சியம்
***Ka**lai**k**kaḷañciyam*

---

english
ஆங்கிலம்
***ā**ṅ**ki**lam*

---

eraser
அழிப்பான்
***a**ḻ**ip**pāṉ*

---

exam
தேர்வு
***tē**rvu*

---

experiment
பரிசோதனை
***pa**ri**cō**taṉai*

---

flash cards

கதைக்கணவட்டைகள்

Kataikkaṇavaṭṭaikaḷ

---

folder

கோப்புறை

kōppuṟai

---

geography

புவியியல்

puviyiyal

---

globe

பூகோளம்

pūkōḷam

---

glossary

அருஞ்சொற்பொருள் பட்டியல்

Aruñcoṟporuḷ paṭṭiyal

---

glue

பசை

Pacai

---

gluestick

பசைக் குச்சி

pacaik kucci

---

grades, A, B, C, D, F, passing, failing

தரம் ஏ, பி, சி, டி, எப்
தேர்ச்சியடைதல், தோல்வியுறல்

taram ē pi ci ṭi ep

Tērcciyaṭaital, tōlviyuṟal

---

gym

உடற்பயிற்சி நிலையம்

Uṭaṟpayiṟci nilaiyam

---

headmaster

தலைமை ஆசிரியர்

Talaimai āciriyar

---

highlighter

தனிப்படுத்திக் காட்டும்

taṉippaṭuttik kāṭṭum

---

history

வரலாறு

varalāṟu

---

homework

வீட்டுப்பாடம்

Vīṭṭuppāṭam

---

ink

மை

Mai

---

janitor
தூய்மையர்
Tū**ymai**yar

Kindergarten
மழலையர் பள்ளி
***Maḻalai**yar **paḷ**ḷi*

---

keyboard
விசைப்பலகை
vi**cai**p**pala**kai

---

laptop
மடிக்கணினி
***ma**ṭi**k**kaṇiṉi*

---

lesson
பாடம்
***pā**ṭam*

---

library
நூலகம்
***nū**lakam*

---

librarian
நூலகர்
***Nū**lakar*

---

lockers
பெட்டகம்
***Pe**ṭṭakam*

---

lunch

மதிய உணவு

__Ma__tiya __u__ṇavu

---

lunch box / bag

மதிய உணவு பெட்டி / பை

__ma__tiya __u__ṇavu __pe__ṭṭi / __pai__

---

map

வரைபடம்

__va__rai__pa__ṭam

---

markers

குறிப்பான்கள்

__ku__ṟip__pā__ṉkaḷ

---

math

கணிதம்

__ka__ṇi__ta__m

---

notebook

குறிப்பேடு

__Ku__ṟip__pē__ṭu

---

notepad

குறிப்பு திண்டு

__ku__ṟippu __ti__ṇṭu

---

office

அலுவலகம்

Aluvala__ka__m

---

paper

காகிதம்

***kā**kitam*

---

paste

பசை

***pa**cai*

---

pen

பேனா

***pē**ṉā*

---

pencil

கரிக்கோல்

***Ka**rik**kō**l*

---

pencil case

கரிக்கோல் உறை

***Ka**rik**kō**l **U**ṟai*

---

pencil sharpener

விரிசில் துருகி

***Vi**ricil **tu**ruki*

---

physical education / PE

உடல் கல்வி

U**ṭal **kalvi

---

portfolio

அமைச்சுடைமை

***A**maiccuṭaimai*

---

poster
சுவரொட்டி
Cuvaroṭṭi

---

principal
முதல்வர்
mutalvar

---

professor
பேராசிரியர்
pērāciriyar

---

project
திட்டம்
tiṭṭam

---

protractor
கோணமானி
kōṇamāṉi

---

pupil
மாணவர்
Māṇavar

---

question
கேள்வி
kēḷvi

---

quiz
வினாடி வினா
viṉāṭi viṉā

---

read

படி

Paṭi

---

reading

படித்தல்

Paṭittal

---

recess

இடைவேளை

iṭaivēḷai

---

ruler

வரை கோல்

Varai kōl

---

science

அறிவியல்

Ariviyal

---

scissors

கத்தர்க்கோல்

kattarikkōl

---

secretary

செயலாளர்

ceyalāḷar

---

semester

அரைவருஷம்

Araivaruṣam

---

stapler
பிணிக்கை
***pi**ṇi**k**kai*

---

student
மாணவர்
***mā**ṇavar*

---

tape
நாடா
***nā**ṭā*

---

teacher
ஆசிரியர்
*āciri**ya**r*

---

test
சோதனை
***cō**taṉai*

---

thesaurus
பொருள் விளக்கம் அளிக்கும் சொற்களஞ்சியம்
***Po**ruḷ **vi**ḷakkam **a**ḷi**k**kum **co**ṟ **ka**ḷañciyam*

---

vocabulary
சொல்லகராதி
***co**llakar**ā**ti*

---

watercolors
நீர் வண்ணங்கள்
***Nīr va**ṇṇa**ṅ**kaḷ*

---

whiteboard
வெண்பலகை
veṇpalakai

---

write
எழுது
Eḻutu

Related Verbs
தொடர்புடைய சொற்கள்
Toṭarpuṭaiya coṟkaḷ

to answer
பதிலளிக்க
Patilaḷikka

---

to ask
கேட்க
kēṭka

---

to draw
வரைய
varaiya

---

to drop out
விலகிக்கொள்ள
Vilakikkoḷḷa

---

to erase
அழிக்க
Aḻikka

---

to fail
செயலிழக்க / தோற்க
ceyali̲lakka / tōrrka

---

to learn
அறிய
ar̲iya

---

to pass
வெற்றியடைய
Ver̲r̲iyaṭaiya

---

to play
விளையாட
Viḷaiyāṭa

---

to read
வாசிக்க
vācikka

---

to register
பதிவு செய்ய
pativu ceyya

---

to show up
வரை காண்பிக்க
varai kāṇpikka

---

to sign up
பதிவு செய்ய
pativu ceyya

---

to study

படிக்க

paṭikka

---

to teach

கற்பிக்க

kaṟpikka

---

to test

சோதிக்க

cōtikka

---

to think

சிந்திக்க

cintikka

---

to write

எழுத

eḻuta

---

17) Hospital
மருத்துவமனை
Maruttuvamaṉai

ache
வலி
vali

---

acute
தீவிரமான
tīviramāṉa

---

allergy / allergic
ஒவ்வாமை
ovvāmai

---

ambulance
திரிவூர்தி
Tirivūrti

---

amnesia
மறதி நோய்
Maṟati nōy

---

amputation
துண்டிக்கும் சிகிச்சை
Tuṇṭikkum cikiccai

---

anaemia
இரத்த சோகை
Iratta ***cō****kai*

---

anesthesiologist
மயக்க மருந்து நிபுணர்
ma*yakka* ***ma****runtu* ***ni****puṇar*

---

antibiotics
நுண்ணுயிர் எதிர்ப்பிகள்
nu*ṇṇuyir* ***e****tir****p****pikaḷ*

---

anti-depressant
மன அழுத்தம் நீக்கிகள்
Ma*ṉa* ***a****ḻuttam* ***nī****kkikaḷ*

---

appointment
முன்பதிவு
Mu*ṉ****pa****tivu*

---

arthritis
மூட்டு வீக்கம்
Mū*ṭṭu* ***vī****kkam*

---

asthma
ஆஸ்துமா
Ā*stumā*

---

bacteria
பாக்டீரியா
pā*kṭ****ī****riyā*

---

bedsore
படுக்கை புண்
Paṭukkai puṇ

---

biopsy
திசு ஆய்வு
Ticu āyvu

---

blood
இரத்தம்
irattam

---

blood count
இரத்த அணுக்களின் எண்ணிக்கை
iratta aṇukkaḷiṉ eṇṇikkai

---

blood donor
இரத்த தானம் செய்பவர்
Iratta tāṉam ceypavar

---

blood pressure
இரத்த அழுத்தம்
iratta aḻuttam

---

blood test
இரத்த பரிசோதனை
iratta paricōtaṉai

---

bone
எலும்பு
elumpu

---

brace
இணை
Iṇai

---

bruise
சிராய்ப்பு
Cirāyppu

Caesarean section (C-section)
மகப் பேறு அறுவை சிகிச்சைப் பிரிவு (சி பிரிவு)
Makap pēṟu aṟuvai cikiccaip pirivu (ci pirivu)

---

cancer
புற்றுநோய்
puṟṟunōy

---

cardiopulmonary resuscitation (CPR)
இதய இயக்க மீட்பு சுவாசம் (சி பி ஆர்)
itaya iyakka mīṭpu cuvācam (Ci pi ār)

---

case
நிலை
Nilai

---

cast
வார்ப்பு
Vārppu

---

chemotherapy
வேதிச்சிகிச்சை
Vēticcikiccai

---

coroner
பிரேத விசாரணை அதிகாரி
Pirēta vicāraṇai atikāri

---

critical
நெருக்கடியான
Nerukkaṭiyāṉa

---

crutches
ஊன்றுகோல்
ūṉṟukōl

---

cyst
நீர்க்கட்டி
nīrkkaṭṭi

---

deficiency
குறைபாடு
kuṟaipāṭu

---

dehydrated
நீரிழப்பு
nīriḻappu

---

diabetes
நீரிழிவு நோய்
nīriḻivu nōy

---

diagnosis
நோய் கண்டறிதல்
nōy kaṇṭaṟital

---

dietician
உணவுமுறை வல்லுநர்
*Uṇavu**mu**ṟai **va**llu**na**r*

---

disease
நோய்
***Nō**y*

---

doctor
மருத்துவர்
***ma**ru**t**tuvar*

---

emergency
அவசரநிலை
***a**vacara**ni**lai*

---

emergency room (ER)
அவசர சிகிச்சை அறை (இ ஆர்)
***a**vacara **ci**kiccai **a**ṟai (**i'ā**r)*

---

exam
பரிசோதனை
***Par**i**cōt**aṉai*

---

fever
காய்ச்சல்
***Kā**yccal*

---

flu (influenza)
சளிக்காய்ச்சல்
***ca**ḷi**kkā**yccal*

---

fracture
எலும்பு முறிவு
***E**lumpu **mu**ṟivu*

---

heart attack
மாரடைப்பு
***mā**raṭai**p**pu*

---

hematologist
ரத்தநோய் நிபுணர்
***ra**ttan**ō**y **ni**puṇar*

---

hives
படை
***pa**ṭai*

---

hospital
மருத்துவமனை
***ma**ruttu**va**maṉai*

---

illness
வியாதி
***vi**yāti*

---

imaging
படமெடுத்தல்
*paṭameṭu**t**tal*

---

immunization
நோய்த் தடுப்பு மருந்து
***nō**yt **ta**ṭuppu **ma**runtu*

---

infection
தொற்று நோய்
to_ṟṟu_***nō***_y_

Intensive Care Unit (ICU)
தீவிர சிகிச்சைப் பிரிவு (ஐ.சி.யு)
tī_vira_ ***ci***_kiccai_***p*** ***pi***_rivu (I.C.U)_

IV
ஐ வி
Ai vi

---

laboratory (lab)
ஆய்வுக்கூடம்
Ā_yvuk_***kū***_ṭam_

---

life support
உயிர் ஆதரவு
U_yir_ ***ā***_taravu_

---

mass
நிறை
Ni_ṟai_

---

medical technician
மருத்துவ தொழில்நுட்பவியலாளர்
Ma_ruttuva_ ***to***_ḻil_***nu***_ṭpaviya_***lā***_ḷar_

---

neurosurgeon
நரம்பியல் அறுவை சிகிச்சை நிபுணர்
Na_rampiyal_ ***a***_ṟuvai_ ***ci***_kiccai_ ***ni***_puṇar_

---

nurse
செவிலியர்
Ceviliyar

---

operating room (OR)
அறுவை சிகிச்சை அறை (ஓ.ஆர்)
aṟuvai cikiccai aṟai (Ō ār)

---

operation
அறுவை சிகிச்சை
Aṟuvai cikiccai

---

ophthalmologist
கண் மருத்துவர்
kaṇ maruttuvar

---

orthopedic
எலும்பியல்
elumpiyal

---

pain
வலி
Vali

---

patient
நோயாளி
nōyāḷi

---

pediatrician
குழந்தை மருத்துவர்
Kuḻantai maruttuvar

---

pharmacist
மருந்தாளர்
***ma**run**tā**ḷar*

---

pharmacy
மருந்தகம்
***ma**ru**n**takam*

---

physical Therapist
உடல் நோய் சிகிச்சையாளர்
*Uṭal **nō**y **ci**kicca**iyā**ḷar*

---

physician
மருத்துவர்
***ma**ru**t**tuvar*

---

poison
விஷம்
***vi**ṣam*

---

prescription
மருந்துச்சீட்டு
***ma**runtuc **cī**ṭṭu*

---

psychiatrist
மனநல மருத்துவர்
***ma**ṉanala **ma**ru**t**tuvar*

---

radiologist
கதிரியக்கர்
***Ka**tiriya**k**kar*

---

resident

குடியிருக்கின்ற

Kuṭiyirukkiṉṟa

---

scan

ஸ்கேன்

skēṉ

---

scrubs

அறுவை சிகிச்சை மேலங்கி

Aṟuvai cikiccai mēlaṅki

---

shots

மருத்துவ ஊசி

Maruttuva ūci

---

side effects

பக்க விளைவுகள்

pakka viḷaivukaḷ

---

specialist

நிபுணர்

Nipuṇar

---

stable

நிலையான

nilaiyāṉa

---

surgeon

அறுவை சிகிச்சை நிபுணர்

aṟuvai cikiccai nipuṇar

---

symptoms
அறிகுறிகள்
ar̲ikur̲ikaḷ

---

therapy
தெரபி
terapi

---

treatment
சிகிச்சை
cikiccai

---

vein
நரம்பு
narampu

---

visiting hours
பார்வை நேரம்
pārvai nēram

---

visitor
பார்வையாளர்
pārvaiyāḷar

---

wheelchair
சக்கர நாற்காலி
cakkara nār̲kāli

---

x-ray
எக்ஸ்-ரே
eks-rē

Related Verbs
தொடர்புடைய சொற்கள்
Toṭarpuṭaiya coṟkaḷ

to bring
கொண்டு வர
Koṇṭu vara

---

to cough
இரும
Iruma

---

to examine
ஆய்வு செய்ய
Āyvu ceyya

---

to explain
விளக்க
viḷakka

---

to feel
உணர
uṇara

---

to give
கொடுக்க
koṭukka

---

to hurt
காயப்படுத்த
kāyappaṭutta

---

to prescribe
பரிந்துரைக்க
Parinturaikka

---

to scan
ஸ்கேன் செய்ய
skēṉ ceyya

---

to take
எடுக்க
eṭukka

---

to test
சோதிக்க
cōtikka

---

to treat
சிகிச்சையளிக்க
cikiccaiyaḷikka

---

to visit
வருகை தர
Varukai tara

---

to wait
காத்திருக்க
kāttirukka

---

to x-ray
எக்ஸ்ரே எடுக்க
Eksrē Eṭukka

---

18) Emergency
அவசரநிலை
Avacaranilai

accident
விபத்து
vipattu

---

aftershock
பின்னதிர்வு
piṉṉatirvu

---

ambulance
நோயாளர் ஊர்தி
Nōyāḷar ūrti

---

asthma attack
ஆஸ்துமா தாக்குதல்
āstumā tākkutal

---

avalanche
பனிச்சரிவு
paṉiccarivu

---

blizzard
பனிப்புயல்
paṉippuyal

---

blood / bleeding
இரத்தப்போக்கு
irattappōkku

---

broken bone
உடைந்த எலும்பு
uṭainta elumpu

---

car accident
கார் விபத்து
Kār vipattu

---

chest pain
நெஞ்சு வலி
neñcu vali

---

choking
மூச்சுத் திணற
mūccut tiṇaṟa

---

coast guard
கடலோர காவல்
kaṭalōra kāval

---

crash
விபத்து
Vipattu

---

diabetes
நீரிழிவு
nīriḻivu

---

doctor
மருத்துவர்
maruttuvar

---

drought
வறட்சி
vaṟaṭci

---

drowning
நீரில் அமிழ்தல்
Nīril amiḻtal

---

earthquake
நிலநடுக்கம்
nilanaṭukkam

---

emergency
அவசரம்
Avacaram

---

emergency services
அவசர சேவைகள்
Avacara cēvaikaḷ

EMT (emergency medical technician)
இ.எம்.டி (அவசர மருத்துவ தொழில்நுட்ப வல்லுநர்)
I. em.ti (avacara maruttuva toḻilnuṭpa vallunar)

---

explosion
அதிர்வெடி
Atirveṭi

---

fight
சண்டை
caṇṭai

fire
தீ
tī

fire department
தீயணைப்பு துறை
tīyaṇaippu tuṟai

fire escape
தீ வெளியேற்றம்
Tī veḷiyēṟṟam

firefighter
தீயணைப்பாளர்
Tīyaṇaippāḷar

fire truck
தீயணைப்பு வண்டி
tīyaṇaippu vaṇṭi

first aid
முதல் உதவி
mutal utavi

flood
வெள்ளம்
veḷḷam

fog
மூடுபனி
mūṭupaṉi

---

gun
துப்பாக்கி
tuppākki

---

gunshot
துப்பாக்கிச் சூடு
Tuppākkic cūṭu

---

heart attack
மாரடைப்பு
māraṭaippu

---

heimlich maneuver
ஹெய்ம்ளிச் மானுவர்
Heymḷic māṉuvar

---

help
உதவி
utavi

---

hospital
மருத்துவமனை
maruttuvamaṉai

---

hurricane
சூறாவளி
cūṟāvaḷi

---

injury
காயம்
***kā**yam*

---

ladder
ஏணி
***ē**ṇi*

---

lifeguard
உயிர்காப்பு
*Uyir **kā**ppu*

---

life support
உயிர் ஆதரவு
*Uyir **ā**taravu*

---

lightening
மின்னல்
***Mi**n̲n̲al*

---

lost
இழந்த
*I̲la**n**ta*

---

mudslide
மண்சரிவு
***Ma**n**ca**rivu*

---

natural disaster
இயற்கை பேரழிவு
*iyar̲kai **pē**ral̲ivu*

---

nurse
செவிலியர்
***ce**viliyar*

---

officer
அதிகாரி
***a**ti**kā**ri*

---

paramedic
உபசிகிச்சையாளர்
*Upacikiccai**yā**ḷar*

---

poison
விஷம்
***Vi**ṣam*

---

police
காவலர்
***Kā**valar*

---

police car
காவலர் வாகனம்
***Kā**valar **vā**kaṉam*

---

rescue
மீட்பு
***Mī**ṭpu*

---

robbery
கொள்ளை
***ko**ḷḷai*

---

shooting
துப்பாக்கிச் சூடு
tuppākkic cūṭu

---

stop
நிறுத்து
niṟuttu

---

storm
புயல்
puyal

---

stroke
பக்கவாதம்
pakkavātam

---

temperature
வெப்பநிலை
veppanilai

---

thief
திருடன்
tiruṭaṉ

---

tornado
சூறாவளி
cūṟāvaḷi

---

tsunami
சுனாமி
cuṉāmi

---

unconscious

மயக்கமாக / நினைவற்ற

mayakkamāka / Ninaivaṟṟa

---

weather emergency

அவசரகால வானிலை

Avacarakāla vāṉilai

Related Verbs

தொடர்புடைய சொற்கள்

Toṭarpuṭaiya coṟkaḷ

to bleed

இரத்தம் சிந்த

irattam cinta

---

to break

உடைக்க

uṭaikka

---

to breathe

சுவாசிக்க

cuvācikka

---

to burn

எரிக்க

erikka

---

to call

அழைக்க

aḻaikka

---

to crash

செயலிழக்க / நொறுக்க / மோத

ceyalil̲akka / Nor̲ukka / Mōta

---

to cut

வெட்ட

Veṭṭa

---

to escape

தப்பிக்க

tappikka

---

to faint

மயங்க

Mayaṅka

---

to fall

விழ

vil̲a

---

to help

உதவ

utava

---

to hurt

காயப்படுத்த

kāyappaṭutta

---

to rescue

மீட்க

Mīṭka

---

to save

சேமிக்க / காப்பாற்ற

Cēmikka / kāppāṟṟa

---

to shoot

சுட

cuṭa

---

to wheeze

மூச்சிரைக்க

Mūcciraikka

---

to wreck

சேதப்படுத்த

Cētappaṭutta

---

www.ingramcontent.com/pod-product-compliance
Lightning Source LLC
LaVergne TN
LVHW051453080426
835509LV00017B/1755